- Heri -

Mtu Anayetafuta Baraka za Kweli

Dr. Jaerock Lee

"Amebarikiwa mtu yule anayemtegemea BWANA
Ambaye BWANA ni tumaini lake.
Maana atakuwa kama mti uliopandwa kando ya maji,
Uenezao mizizi yake karibu na mto
Hautaona hofu wakati wa hari ujapo;
Bali jani lake litakuwa bichi,
Wala hautahangaika mwaka wa uchache wa mvua
Wala hautaacha kuzaa matunda."

(Yeremia 17:5-6)

MTU ANAYETAFUTA BARAKA ZA KWELI na Dr. Jaerock Lee
Kimechapishwa na Urim Books (Mwakilishi: Johnny. H. Kim)
235-3, Guro-dong 3, Guro-gu, Seoul, Korea
www.urimbooks.com
SIMU: 82-2-818-7346
FAKSI: 82-2-851-3854

Haki zote zimehifadhiwa. Hairuhusiwi kunakili kitabu hiki au sehemu ya kitabu hiki katika mfumo wa aina yoyote, kutunzwa katika mfumo ambao kinaweza kusambazwa au kupatikana tena kwa namna au njia yoyote ile, au kubadilishwa katika namna yoyote ile, kielekroniki, kimakenika, kutolewa kivuli (fotokopi), kurekodiwa au vinginevyo, bila idhini ya maandishi kutoka kwa mchapaji.

Isipokuwa vinginevyo kama imebainishwa, nukuu yote ya Maandiko imechukuliwa kutoka katika Biblia ya Kiswahili – Union Version iliyochapishwa na Chama cha Biblia cha Kenya na Chama cha Biblia cha Tanzania ©1997 Imetumiwa kwa ruhusa.

Hakimiliki © 2011 na Dr. Jaerock Lee
ISBN: 979-11-263-1229-0 03230
Hakimiliki ya Kutafsiri © 2009 na Dr. Esther K. Chung. Imetumiwa kwa ruhusa.

Awali kilichapishwa kwa Kikorea na Urim Books 2007

Kimechapishwa kwa Mara ya Kwanza Mei 2009
Toleo la Pili Agosti 2009
Toleo la Tatu Agosti 2011

Kimehaririwa na Dr. Geumsun Vin
Jalada limesanifiwa na Editorial Bureau of Urim Books
Kwa taarifa zaidi wasiliana na urimbook@hotmail.com

Ujumbe wa Uchapishaji

Kuna hadithi iliyoandikwa katika chuo kikuu kimoja kule Rumi. Mwanafunzi wa chuo aliyekuwa na matatizo ya kifedha alimwendea mzee mmoja tajiri ili amwombe msaada. Yule mzee akamwuliza hizo fedha angezitumia wapi. Yule mwanafunzi akamjibu angezitumia kumalizia masomo yake.

"Halafu?"

"Nitapokea pesa."

"Halafu?"

"Nitaoa."

"Halafu?"

"Nitakuwa mzee."

"Halafu?"

"Hatimaye nitakufa."

"Halafu?"

"..."

Kuna funzo zuri katika hadithi hii. Kama yule mwanafunzi angekuwa mtu anayetafuta baraka za kweli ambazo angekuwa nazo milele, lile swali la mwisho la mzee angelijibu, "Nitaenda mbinguni."

Kwa jumla, katika jamii hii watu hufikiria kuwa na vitu kama mali, afya, umaarufu, mamlaka, na amani katika jamaa, ni baraka. Wanajitahidi kuwa na vitu hivi. Lakini tukitazama karibu nasi, tunaweza kuona kwamba kuna wachache wanaofurahia hizi baraka zote.

Familia nyingine zinaweza kuwa tajiri, lakini wengi wao

wana matatizo au shida katika uhusiano kati ya wazazi, watoto, au wakwe. Hata mtu mwenye afya njema anaweza kupoteza maisha yake kwa sababu ya ajali au ugonjwa.

Aprili mwaka wa 1912, maelfu ya watu walikuwa wanasafiri kwa amani katika meli ya kuvinjari iliyopata ajali mbaya sana. 'Titaniki,' ikiwa na watu 2,300, katika safari yake ya kwanza, iligongana na siwa barafu na ikazama. Ilikuwa ndiyo meli kubwa zaidi ya kuvinjari kote ulimwenguni ikijivunia ubora wake na starehe yake, lakini hakuna mtu aliyejua kungefanyika nini katika masaa machache tu.

Kwa hakika hakuna mtu anayeweza kusema juu ya kesho. Hata kama mtu anafurahia mali, umaarufu, na mamlaka katika ulimwengu huu kwa maisha yake yote, hawezi kuwa mtu aliyebarikiwa akiwa ataingia jehanamu na kuteseka milele. Kwa hivyo, baraka za kweli ni kupokea wokovu na kuingia katika ufalme wa mbinguni.

Kama miaka 2,000 iliyopita, Yesu alianza huduma yake kwa

umma na ujumbe, "Tubuni; kwa maana ufalme wa mbinguni umekaribia!" (Mathayo 4:17) Ujumbe wa kwanza uliofuata tangazo hili ulikuwa hizo 'Heri,' ambazo kwa hizo wakiufikia ufalme wa mbinguni. Kwa watu ambao punde tu wangepotea kama ukungu, Yesu alifundisha kuhusu baraka za milele, yaani baraka za kweli kuingia katika ufalme wa mbinguni.

Pia aliwafundisha kuwa nuru na chumvi ya ulimwengu, kutimiza sheria na upendo, na kutimiza hizo Heri. Hizi zimeandikwa kuanzia Mathayo sura ya 5 hadi sura ya 7, Fungu hili linaitwa 'Mahubiri ya Mlimani."

Moja kwa moja, pamoja na upendo wa Kiroho katika 1 Wakorintho sura ya 13 na Tunda la Roho katika Wagalatia sura ya 5, Heri zinatwambia njia ya kuwa mtu wa roho.

Ni kibao chetu cha kuweza kujiangalia, na mambo muhimu yaliyomo kwa ajili yetu sisi tutakaswe na kuingia katika Yerusalemu Mpya yenye kiti cha enzi cha Mungu na ambayo ndiyo makao yenye utukufu zaidi kule mbinguni.

Kitabu hiki Mtu Anayetafuta Baraka za Kweli ni mfupisho

wa mahubiri kuhusu Heri niliyoyahubiri kanisani mara kadhaa.

Tukitimiza Maneno katika Heri, hatutafurahia tu baraka zote za ulimwengu huu peke yake, kama vile mali, afya, umaarufu, mamlaka, na amani katika jamaa, bali pia tutapata Yerusalemu Mpya kati ya makao mengi ya mbinguni. Baraka inayotolewa na Mungu haiwezi kutingiswa katika aina yoyote ya mambo magumu. Tukitimiza Heri tu peke yake, hatutakuwa na upungufu wowote.

Ninaomba kwamba, kupitia kwa hiki kitabu, watu wengi watabadilika na wawe watu wa roho wanaotafuta baraka za kweli na wapokee baraka zote zilizotayarishwa na Mungu. Ninamshukuru Geumsun Vin, mkurugenzi wa halmashauri ya uhariri na wafanyakazi wote.

Dr. Jaerock Lee

Jedwali la Yaliyomo

Ujumbe juu ya Uchapishaji

Sura ya 1

Heri Walio Maskini wa Roho,
maana Ufalme Wa Mbinguni Ni Wao   1

Sura ya 2

Heri Wenye Huzuni,
maana hao watafarijika.   21

Sura ya 3

Heri Wenye Upole,
maana Hao Watairithi Nchi.   37

Sura ya 4

Heri Wenye Njaa Na Kiu ya
Haki, maana Hao Watashibishwa   55

Sura ya 5

Heri Wenye Rehema,
maana Hao Watapata Rehema.   69

Sura ya 6

Heri Wenye Moyo Safi,
maana Hao Watamwona Mungu.   89

Sura ya 7

Heri Wapatanishi,
maana Hao Wataitwa Wana Wa Mungu.   105

Sura ya 8

Heri Wenye Kuudhiwa
kwa Ajili Ya Haki,
maana Ufalme Wa Mbinguni Ni Wao   125

Sura ya 1
Baraka ya Kwanza

Heri Walio Maskini wa Roho, maana Ufalme Wa Mbinguni Ni Wao

2 · MTU ANAYETAFUTA BARAKA ZA KWELI

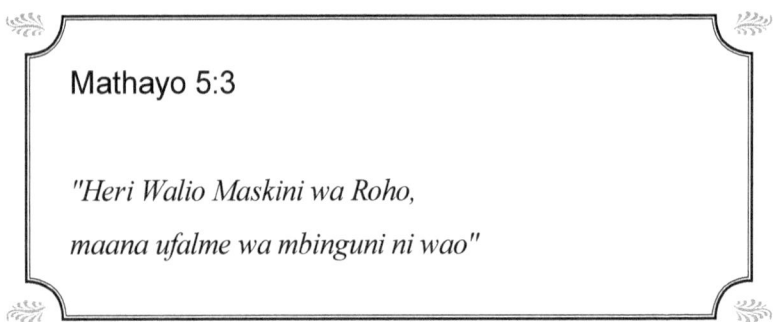

Mathayo 5:3

*"Heri Walio Maskini wa Roho,
maana ufalme wa mbinguni ni wao"*

Mfungwa mmoja aliyehukumiwa kifo katika gereza mojawapo la Marekani alikuwa analia huku akiwa ameshika gazeti mkononi mwake. Kichwa cha habari kilikuwa kinahusu kutawazwa kwa raisi wa ishirini na mbili, wa Marekani Stephen Grover Cleveland. Askari jela aliyekuwa anamtazama akamwuliza kwa nini alikuwa analia kwa uchungu namna hiyo. Akaanza kueleza huku ameinamisha kichwa chake chini.

Akaendelea kusema, "Mimi na Stephen tumetoka chuo kimoja. Siku moja, baada ya kumaliza masomo darasani, tulisikia kengele ya kanisani ikilia. Stephen akanihimiza twende na yeye kanisani, lakini nikakataa. Yeye akaelekea kanisani na mimi nikaenda baa. Hilo lilifanya maisha yetu yawe tofauti sana."

Chaguo la wakati mmoja lilibadilisha maisha yote ya huyu mtu. Lakini, hili si kuhusu maisha ya hapa duniani tu. Uzima wetu wa milele unaweza pia kubadilishwa kwa sababu ya uchaguzi tunaoweza kufanya.

Wale Waliokaribishwa katika Karamu ya Mbinguni

Katika Luka sura ya 14, mtu mmoja aliandaa karamu kubwa ya chakula cha jioni na akawaalika watu wengi. Akawatuma watumishi wake wakawasindikize waalikwa, lakini watumishi wote walirudi peke yao. Waalikwa walikuwa na sababu nyingi, lakini wote walikuwa na shughuli nyingi hata hawakuweza kufika.

"Nimenunua shamba, sharti niende nikalitazame. Asante kwa kunialika, lakini nasikitika, siwezi kuja."

"Nimenunua ng'ombe jozi tano, ninakwenda kuwajaribu. Samahani sana lakini sitaweza kufika."

"Ninajua utaelewa kwamba nimeoa hivi karibuni tu na kwa sababu hiyo siwezi kuja."

Yule mwenye karamu akawatuma watuma wake tena kijijini wawalete maskini, vipofu, na vilema kutoka barabarani ili waje wale karamu. Katika mfano huu Yesu anawalinganisha wale waliopokea mwaliko na wale waliopewa mwaliko wa kuhudhuria karamu ya mbinguni.
Leo, wale walio matajiri wa roho wanakataa kukubali injili. Wanatoa visababu vingi kwa kutohudhuria huku wale walio maskini wa roho wakikubali mwaliko upesi. Hiyo ndiyo sababu lango la kwanza kupitia ili kufikia baraka za kweli ni kuwa mtu aliye maskini wa roho.

Maskini wa Roho

Kuwa "maskini wa roho" ni kuwa na moyo maskini. Ni kuwa na moyo usiokuwa na kiburi, majivuno, ubinafsi, tamaa za kibinafsi, au uovu. Kwa hivyo, wale walio "maskini wa roho" huipokea injili kirahisi. Baada ya kumkubali Yesu Kristo, hutamani mambo ya kiroho. Pia wanaweza kubadilika haraka kwa uwezo wa Mungu.

Wanawake wengine husema, "Mume wangu ni mtu mzuri sana, lakini hataki kuikubali injili." Watu humchukulia mtu kuwa "mzuri' kama kwa nje hafanyi matendo maovu. Lakini hata ingawa mtu anaweza kuonekana kuwa mzuri, kama haikubali injili kwa kuwa moyo wake ni tajiri, tunawezaje kusema kweli yeye ni mzuri?

Katika Mathayo sura ya 19, kijana mmoja alimjia Yesu na kumwuliza ni mambo gani mazuri anapaswa kufanya ili aupate uzima wa milele. Yesu akamwambia ashike amri zote za Mungu Na zaidi ya hayo, akamwambia auze mali zake zote, awape maskini, na kisha aje amfuate.
 Huyo kijana alidhani alimpenda Mungu na kushika amri zake vizuri. Lakini akaenda zake akiwa na huzuni. Ni kwa sababu alikuwa tajiri, na alichukulia mali zake kuwa za thamani sana kuliko kuupata uzima wa milele. Kuona hivyo Yesu akasema, "Nawaambia tena, Ni rahisi zaidi ngamia kupenya tundu ya sindano, kuliko tajiri kuingia katika ufalme wa Mungu" (kif. 24).

Hapa kuwa tajiri hakumaanishi tu kuwa na vitu na mali nyingi. Maanake ni kuwa tajiri wa roho. Watu walio matajiri wa roho wanaweza kuwa hawatafanya mambo maovu sana kwa nje, lakini wana tamaa kali za kimwili na za kilimwengu. Wanafurahia pesa, mamlaka, ujuzi, kiburi, shughuli za burudani, matumbuizo, na raha nyingine. Hiyo ndiyo sababu hawana haja na injili, na hawamtafuti Mungu.

Baraka ya Utajiri kwa wale Walio Maskini wa Roho

Katika Luka sura ya 16, mtu tajiri alijifurahisha na akaandaa karamu kila siku. Alikuwa tajiri sana hata moyo wake pia ukawa tajiri; hakuhisi haja ya kumwamini Mungu. Lakini mwombaji Lazaro alikuwa anaugua magonjwa na alilazimika kuombaomba kwenye lango la nyumba ya huyo tajiri. Kwa kuwa alikuwa maskini wa roho, alimtafuta Mungu.

Baada ya kufa kwao matokeo yalikuwa nini? Lazaro aliokolewa na aliweza kupumzika kifuani mwa Ibrahimu, lakini tajiri aliingia Kuzimu na akaingia katika mateso ya milele.

Moto ulikuwa mkali sana hata akasema, "Ee baba Ibrahimu, nihurumie, umtume Lazaro achovye ncha ya kidole chake majini, auburudishe ulimi wangu" (kif. 24). Hakuweza kutoka katika yale maumivu hata kwa dakika moja.

Basi, mtu aliyebarikiwa ni mtu wa aina gani? Si mtu mwenye mali nyingi sana ma mamlaka mengi, anayefurahia maisha yake hapa duniani kama huyo tajiri. Ingawa maisha yake ni duni, ni maisha ya kubarikiwa kweli kumkubali Yesu Kristo na kuingia katika ufalme wa mbinguni kama Lazaro. Tunawezaje kufananisha maisha ya hapa duniani, ambayo ni ya miaka sabini au themanini peke yake, na maisha ya milele?

Mfano huu unatwambia kwamba jambo muhimu si kama tu matajiri duniani, bali kuwa maskini wa roho na kumwamini

Mungu.

Haimaanishi, hata hivyo, mtu maskini wa roho na aliyemkubali Yesu Kristo ni lazima aishi maisha ya umaskini na kuugua magonjwa kama Lazaro ili aokolewe. Lakini badala yake, kwa kuwa Yesu alitukomboa kutoka kwa dhambi zetu na yeye mwenyewe akaishi maisha ya umaskini, tunapokuwa maskini wa roho na kuishi kwa kufuata Neno la Mungu, tunaweza kuwa matajiri (2 Wakorintho 8:9).

3 Yohana 1:2 inasema, "Mpenzi naomba ufanikiwe katika mambo yote na kuwa na afya yako, kama vile roho yako ifanikiwavyo." Roho zetu zinapofanikiwa, tutakuwa na afya kiroho na kimwili, na tutapokea baraka za kifedha, amani ya jamaa, na kadhalika.

Hata ingawa tumemkubali Yesu Kristo na tunafurahia baraka za utajiri, ni lazima tuweke imani yetu katika Kristo mpaka mwisho ili tupate ufalme wa mbinguni kikamilifu. Tukienda kando ya njia ya wokovu kwa kuupenda ulimwengu, majina yetu yanaweza kufutwa kutoka katika kitabu cha uzima (Zaburi 69:28).

Hii ni kama mbio za masafa marefu. Wakati mkimbiaji wa mbio za masafa marefu anayekimbia mara ya kwanza anapotoka katika njia kabla ya kumaliza, hawezi kupata tuzo yoyote acha hiyo medali ya dhahabu.

Yaani, hata kama tunaishi maisha ya Kikristo ya bidii wakati huu, tukiwa matajiri tena mioyoni kwa sababu ya majaribu ya pesa na raha za ulimwengu, moto wetu utafifia. Tunaweza hata kumwacha Mungu. Tukifanya hivyo, basi hatutaweza kuufikia ufalme wa mbinguni.

Hiyo ndiyo sababu 1 Yohana 2:15-16 inasema:

> Msiipende dunia, wala mambo yaliyomo katika dunia. Mtu akiipenda dunia, kumpenda Baba hakumo ndani yake. Maana kila kilichomo duniani, yaani, tamaa ya mwili, na tamaa ya macho, na kiburi cha uzima, havitokani na Baba, bali vyatokana na dunia.

Acha Tamaa ya Mwili

Tamaa ya mwili ni mawazo ya mambo yasiyokuwa kweli yanayoinuka katika moyo. Hizi ni asilia zinazotaka kufanya dhambi. Tukiwa na chuki, hasira, tamaa, husuda, akili ya uzinifu, na kiburi mioyoni mwetu, tutataka kuona, kusikia, kuwaza, na kutenda tukifuata asilia hizi.

Kwa mfano, mtu akiwa na asilia ya kuwahukumu na kuwahesabia hatia wengine, atakuwa na tamaa ya kusikia uvumi kuhusu wengine. Kisha, hata bila kuangalia ili tugundue na kujua kweli, hueneza mambo hayo na kuwasengenya wengine na kusikia vizuri au kusikia raha kufanya hivyo.

Pia, mtu akiwa na hasira moyoni mwake, atakasirika hata kwa mambo madogo. Atasikia vizuri baada tu ya kumwaga hasira zake. Akijaribu kuzuia hiyo hasira inayopanda, anaumia, kwa hivyo hawezi kufanya lingine ila kumwaga hasira yake.

Ili tuweze kuacha hizi tamaa za mwili, ni lazima tuombe.

Hakika tunaweza kuziacha tukipokea ujazo wa Roho kupitia kwa maombi ya moto. Kinyume na hilo, tukiacha kuomba au tukipoteza ujazo wa Roho, tunatoa nafasi kwa Shetani kuchochea tamaa za mwili. Matokeo yake ni kwamba, tunaweza kufanya dhambi katika matendo.

1 Petro 5:8 inasema, "Mwe na kiasi na kukesha. Kwa kuwa mshitaki wenu Ibilisi, kama simba angurumaye, huzunguka-zunguka, akitafuta mtu ammeze." Kupitia maombi, siku zote ni lazima tuwe macho ili tupokee ujazo wa Roho Mtakatifu. Kupitia kwa maombi ya moto tunaweza kuwa maskini wa roho kwa kuacha tamaa za mwili, ambazo ni asilia ya dhambi.

Acha Tamaa ya Macho

Tamaa ya macho ni asilia ya dhambi inayochochewa wakati tunapoona au kusikia kitu fulani. Inatufanya tutamani na kufuata kile tulichoona au tulichosikia. Tunapoona kitu, tunapokikubali pamoja na hisia, tunapoona kitu kama hicho baadaye, kitu hicho kitasisimua hisia hizo hizo. Hata bila kuona, hata kwa kusikia tu kitu kama hicho, aina hiyo hiyo ya hisia itainuka, na kusababisha tamaa ya macho.

Kama hatutakata tamaa hii ya macho bali tuendelee kuikubali, huichochea tamaa ya mwili. Na tena hatimaye hiyo itatufanya tufanye dhambi katika matendo. Daudi, ambaye ni mtu aupendezaye moyo wa Mungu, pia alifanya dhambi kwa sababu ya tamaa ya macho.

Siku moja, baada ya Daudi kuwa mfalme na taifa likawa na uthabiti kiasi, Daudi alikuwa juu ya dari na kwa bahati akamwona Bathsheba, mke wa Uria, akioga. Alijaribiwa na akamchukua na kulala naye.

Wakati ule, mumewe alikuwa vitani, kupigania nchi. Baadaye, Daudi alijua kwamba Bathsheba alikuwa na mimba. Ili apate kuficha makosa yake, alimwita Uria kutoka vitani na akamhimiza alale nyumbani.

Lakini Uria alipowaza juu ya askari wenzake waliokuwa bado wanapigana, akalala tu mlangoni pa nyumba ya mfalme. Wakati mambo yalipokosa kufanyika jinsi alivyotaka, Daudi alimtuma Uria mbele ya vita ili auawe.

Daudi alifikiri kwamba alimpenda Mungu kuliko mtu mwingine yeyote. Hata hivyo, tamaa ya macho ilipomwingia, alifanya uovu wa kulala na mke wa mtu mwingine. Zaidi ya hilo, ili aweze kuuficha, akafanya uovu mkubwa zaidi wa kuua.

Baadaye, kama malipo, alipitia majaribu makubwa. Mwanawe aliyemzaa na Bathsheba alifariki, na akalazimika kukimbia kutoka kwa uasi wa mwanawe, Absalomu. Alilazimika kusikia laana kutoka kwa mtu duni.

Kupitia kwa haya, Daudi aliweza kutambua aina ya uovu uliokuwa moyoni mwake na akatubu kabisa mbele za Mungu. Hatimaye, alikuwa mfalme aliyetumiwa na Mungu sana.

Siku hizi, vijana wengine hufurahia mambo ya watu wazima katika sinema au katika mtandao. Lakini hawapaswi kuvichukulia kirahisi. Aina hii ya tamaa ya macho ni kama kuwasha fyuzi ya tamaa ya mwili.

Natuilinganishe na vita. Natuseme tamaa ya mwili inawakilishwa na askari wanaopigana katika mji wenye ukuta. Kisha tamaa ya macho ni kama usaidizi au ugavi wa kivita kwa hawa askari waliomo ndani ya mji wenye ukuta. Wakiwa na ugavi wa kila mara, watakuwa na nguvu nyingi zaidi kupigana. Tamaa ya mwili ikipokea usaidizi hatuwezi kuishinda.

Kwa hivyo, kwa kuwa inawezekana kwa kupenda wenyewe kukata tamaa ya macho, hatupaswi kuona, kusikia, au kuwaza chochote ambacho si kweli. Licha ya hayo, tunapoona, tunaposikia, na tunapofikiri kweli peke yake na tuwe na hisia nzuri, tunaweza kukata tamaa ya macho kabisa.

Acha Kiburi cha Uzima

Kiburi cha maisha haya ni asilia inayojivunia yenyewe. Ni kujiingiza katika raha za kimwili za ulimwengu huu ili kutosheleza tamaa za mwili, na tamaa za macho na maringo yanayoandamana nayo mbele za watu. Tukiwa na asilia ya aina hii, tutajivunia mali, heshima, ujuzi, vipawa, mwonekano na kadhalika ili tujionyeshe na tupate kuwavutia wengine.

Yakobo 4:16 inasema, "Lakini sasa mwajisifu katika majivuno yenu; kujisifu kote kwa namna hii ni kubaya." \ Majivuno hayana manufaa yoyote kwetu. Kwa hivyo, kama ilivyosemwa katika 1 Wakorintho 1:31, "Yeye aonaye fahari na aone fahari juu ya Bwana," ni lazima tujivune katika Bwana peke yake ili tumpe utukufu.

Kujivuna katika Bwana ni kujivuna juu ya Mungu kutupatia majibu, kutupatia baraka na neema, na juu ya ufalme wa mbinguni. Ni kumpa Mungu utukufu na kupanda imani na tumaini katika mioyo ya wasikizaji ili waweze kutamani mambo ya kiroho.

Lakini watu wengine husema wanajivuna katika Bwana, lakini kwa namna fulani wanataka kuinuliwa kupitia kwa majivuno hayo. Katika hali kama hiyo, kujivuna kwao hakuwezi kubadilisha wengine. Kwa hivyo, ni lazima tujiangalie katika kila kitu ili kiburi cha maisha haya kisitujie (Warumi 15:2).

Kuwa Mtoto Kiroho

Kulikuwa na mtoto mdogo katika mji mdogo kule Marekani. Kwa sababu darasa la shule ya Jumapili lilikuwa dogo sana, alianza kumwomba Mungu awape darasa kubwa zaidi. Hata baada ya siku nyingi, kulikuwa hakuna jibu. Basi akaanza kumwandikia Mungu barua kila siku.

Hata hivyo, kabla kufikia umri wa miaka kumi akafa. Mamake alipokuwa akitunza vitu vyake, akapata kibunda kikubwa cha barua alizokuwa amemwandikia Mungu. Akamwonyesha mchungaji, na akaguswa sana ndani yake. Akavizungumzia katika mahubiri yake.

Habari hizi zikasambaa pahali pengi, na matoleo yakaanza kutoka huku na huko na punde yakawa mengi ya kutosha kujenga kanisa jipya na hata kubaki. Baadaye, shule ya msingi na ya upili zilijengwa katika jina lake, na baada ya hayo kukajengwa hata chuo. Hayo yalikuwa matokeo ya imani isiyokuwa na hatia ya mtoto mdogo aliyeamini kwamba Mungu ndiye atupaye yale tunayomwomba.

Katika Mathayo sura ya 18, wanafunzi walimwuliza Yesu ni nani mkuu zaidi katika ufalme wa mbinguni. Yesu akajibu, "Amin, nawaambia, Msipoongoka na kuwa kama vitoto, hamtaingia kamwe katika ufalme wa mbinguni" (kif. 3). Mbele za Mungu, bila kujali umri, sote ni lazima tuwe na mioyo ya watoto.

Watoto hawana hatia na ni wasafi, kwa hivyo wanakubali chochote jinsi wanavyofundishwa. Vivyo hivyo, ni wakati tu peke yake tunapoamini na kutii Neno la Mungu tunapolisikia na kujifunza, ndipo tunapoweza kuingia katika ufalme wa mbinguni

Kwa mfano, Neno la Mungu linasema 'Omba bila kukoma,' na tunapaswa kuomba bila kukoma bila kutoa udhuru wowote. Mungu anatwambia tufurahi siku zote, na kwa hivyo, siku zote natujaribu kufurahi bila kuwaza, 'Ninawezaje kufurahi na huku nina mambo mengi ya kuhuzunisha maishani mwangu?' Mungu anatwambia tusichukie watu, na tunajaribu kupenda hata adui zetu bila kutoa udhuru wowote.

Vivyo hivyo, tukiwa na mioyo ya watoto, tutatubu makosa yetu haraka na kujaribu kuishi kwa kufuata Neno la Mungu.

Lakini mtu akiwa amechafuliwa na ulimwengu na kujitia

hatiani, atakufa ganzi hata atakapofanya dhambi. Atawahukumu na kuwahesabia hatia wengine, aeneze makosa ya wengine na upungufu wa wengine, aseme uongo mdogo na mkubwa, lakini hata hatatambua kwamba anafanya mambo maovu.

Atawadharau wengine, ajaribu kutumikiwa, na kama jambo halina manufaa kwake, atasahau tu neema aliyowahi kupokea. Lakini hatasikia hatia katika dhamiri yake. Kwa kuwa ana tamaa kubwa zaidi ya kutafuta mambo yake mwenyewe, atatenda kwa njia fulani ili ayapate.

Lakini katika kweli, tunapokuwa watoto wa kiroho, tutenda kwa uangalifu kuhusu wema na uovu. Tukiona jambo jema, tutaguswa kirahisi na kumwaga machozi, na tutachukia na kukataa mambo maovu.

Hata kama watu ulimwenguni wakisema kwamba si uovu, Mungu akisema ni uovu, tutauchukia kutoka mioyoni mwetu na tujaribu tusitende dhambi yoyote.

Pia, mtoto hana kiburi, kwa hivyo hawezi kusisitiza maoni yake. Anakubali yale anayofundishwa na watu. Vivyo hivyo, mtoto wa kiroho hasisitizi kiburi chake au kujaribu kuinuliwa. Waandishi na Mafarisayo wakati wa Yesu walihukumu na kuhesabia hatia watu wengine wakisema walijua kweli, lakini mtoto wa kiroho hatafanya jambo kama hilo. Atafanya mambo kwa unyenyekevu na upole kama Bwana wetu.

Kwa hivyo, mtoto wa kiroho hasisitizi kwamba yeye yuko sawa wakati anaposikiliza Neno la Mungu. Hata ingawa kuna jambo ambalo haliafikiani na ujuzi wake au jambo ambalo halielewi, hatahukumu au kuelewa vibaya, bali ataamini na kutii kwanza. Anaposikia kuhusu kazi za Mungu, hataonyesha kiburi au majivuno yoyote bali anatamani kuona aina hizo hizo za kazi yeye mwenyewe, pia.

Tukiwa watoto wa kiroho, tutaamini na kutii Neno la Mungu vile lilivyo. Tukipata dhambi yeyote kulingana na Neno, tunajaribu kujibadilisha.

Lakini wakati mwingine, wanaishi maisha ya Kikristo kwa muda mrefu, na wanahifadhi tu Neno la Mungu kama ujuzi, na mioyo yao inakuwa kama ile ya watu wazima. Walipopokea neema ya Mungu kwa mara ya kwanza, walitubu na kufunga ili waache dhambi zao walizozipata, lakini baadaye, wanakufa ganzi.

Wanaposikiliza Neno, wanafikiri, "Hili nalijua." Au, wanatii tu mambo yale yenye manufaa kwao au mambo wanayokubaliana nayo. Wanahukumu na kuhesabia hatia wengine na neno wanalojua.

Kwa hivyo, kuwa maskini wa roho, siku zote lazima tupate uovu ndani yetu kupitia kwa Neno, tuuache kupitia kwa maombi moto, na kuwa watoto wa kiroho. Ni wakati huo peke yake ndipo tunaweza kufurahia baraka zote ambazo Mungu ametutayarishia.

Baraka ya Kupata Ufalme wa Milele wa Mbinguni

Basi, wale walio maskini wa roho, hasa, watapokea baraka za

aina gani? Mathayo 5:3 inasema, "Heri walio maskini wa roho; maana ufalme wa mbinguni ni wao," na kama ilivyosemwa, watapokea baraka ya kweli na ya milele, yaani ufalme wa mbinguni.

Ufalme wa mbinguni ni mahali watakapokaa watoto wa Mungu. Ni mahali pa kiroho ambapo hapawezi kufananishwa na huu ulimwengu. Kama vile tu wazazi wanapongojea mtoto wao azaliwe na kutayarisha vitu vyote kama vidude vya kuchezea na gari la mtoto, Mungu anawatayarishia ufalme wa mbinguni wale walio maskini wa roho, aifungue mioyo yao, na wakubali injili ili wawe watoto wake.

Kama Yesu alivyosema katika Yohana 14:2, "Nyumbani mwa Baba yangu mna makao mengi," kuna makao mengi katika ufalme wa mbinguni. Kulingana na kiasi tunachompenda Mungu na kuishi kwa kufuata Neno Lake ili tutunze imani yetu, makao kule mbinguni yatakuwa tofauti.

Mtu akiwa maskini wa roho, lakini akibaki katika kiwango cha kumkubali Yesu Kristo tu na kupokea wokovu, ataingia Paradiso aishi pale milele. Lakini mtu anapoendelea katika maisha yake ndani ya Kristo na kujibadilisha kwa kufuata Neno la Mungu, basi Mungu atawapa watu kama hao Ufalme wa Mbinguni wa Kwanza, wa Pili, na wa Tatu. Zaidi ya hizo, yeye atakayekamilisha utakazo wa moyo na amekuwa mwaminifu katika nyumba yote ya Mungu atapokea makao mazuri kuliko yote, Yerusalemu Mpya, afurahie baraka za milele.

Tafadhali soma vitabu Mbingu ya I na Mbingu ya II kuhusu makao na maisha ya raha katika ufalme wa mbinguni. Hapa, hebu nikujulishe tu kidogo kuhusu maisha ya Yerusalemu Mpya.

Katika Mji wa Yerusalemu Mpya, ambapo nuru ya utukufu wa Mungu inang'aa, sauti ya sifa za malaika inasikiwa kwa mbali. Barabara ya dhahabu inapita katikati ya majumba yaliyojengwa na dhahabu na mawe ya thamani yanayotoa nuru za kung'aa. Mashamba ya kijani kibichi, viwanja, miti, na maua mazuri yaliyosanifiwa kikamilifu na kupangwa vizuri.

Mto wa maji ya uzima, angavu kabisa, unatiririka kwa utulivu. Mchanga safi wa rangi ya dhahabu uko katika kingo za mto. Juu ya fomu za dhahabu kumewekwa vikapu vilivyo na matunda ya mti wa uzima. Kwa mbali mtu anaweza kuona bahari ya kioo. Juu ya hiyo bahari, kuna meli nzuri sana ya kutalii iliyotengenezwa na aina nyingi za vito.

Watu waingiao hapo mahali wanahudumiwa na malaika wengi, na wanafurahia mamlaka ya mfalme. Wanaweza kuruka angani wakipanda mawingu yang'aayo yaliyofanana na magari yakujiendesha. Siku zote wanamwona Bwana karibu naye sana na kufurahia karamu za mbinguni pamoja na manabii maarufu.

Zaidi ya hayo, katika Yerusalemu Mpya kuna vitu vingi vya thamani na vizuri ambavyo hatuwezi kuviona duniani. Kila pembe ni mandhari yanayopendeza sana hisia.

Kwa hivyo, tusibaki tu katika kiwango cha kupokea wokovu kwa shida, bali tuwe na umaskini wa roho zaidi na tujibadilishe kabisa na Neno, ili tuweze kuingia Mji wa Yerusalemu Mpya, makao mazuri kuliko yote kule mbinguni.

Ukaribu wa Mungu ndiyo Baraka Yetu

Tunapokuwa maskini wa roho, hatutakutana na Mungu tu na kupokea wokovu, bali pia tutapokea mamlaka kama watoto wa Mungu na baraka nyingine. Hebu niwajuze ushuhuda wa mzee katika kanisa. Alikuwa ameugua 'ugonjwa wa uchafuzi' ambao jina lingine unaitwa 'ugonjwa hatari kwa raia,' lakini akapokea baraka za kuwa maskini wa roho.

Kama miaka kumi iliyopita, alilazimika kuchukua mapumziko na muda kutoka kazini kwake kwa sababu ya ugonjwa huo. Wakati mwingi alikuwa na himizo la kujiua kwa sababu ya hisia kali ya kutoweza kujisaidia. Kwa kuwa hakuweza kuona mwangaza wowote wa tumaini na kujua kwamba yeye mwenyewe hangeweza kufanya lolote, alikuwa na umaskini wa roho.

Katika wakati huo, akaenda katika duka la vitabu, na kwa bahati, akaona kitabu kimoja. Kilikuwa Kuonja Uzima wa Milele kabla Kufa. Ni kitabu kinachohusu ushuhuda wangu na kumbukumbu zangu. Nilikuwa mkanamungu, na nilikuwa ninazunguka katika kilele cha kufa kwa sababu ya kipindi cha miaka saba cha magonjwa ambayo hayangeweza kuponywa na njia yoyote ya kibinadamu. Lakini Mungu akanijia akakutana na mimi.

Huyo mtu alihisi kwamba maisha yake yalikuwa kama yangu, na akanunua hicho kitabu akihisi kwamba alikuwa anavutwa na nguvu fulani. Akakisoma usiku na akamwaga machozi mengi sana. Alihakikishiwa kwamba angeweza pia kuponywa na akajisajili kanisani mwetu.

Tangu wakati huo, aliponywa ugonjwa wake wa kipekee na uwezo wa Mungu, na akaweza kurudi kazini. Amepongezwa na wafanyakazi wenzake wengi pamoja na wakubwa wake. Amepokea baraka za kupandishwa cheo. Zaidi ya hayo, amewahubiria zaidi ya watu sabini kati ya jamaa zake. Zawadi yake ya mbinguni itakuwa kubwa kiasi gani!

Zaburi 73:28 inasema, "Nami kumkaribia Mungu ni kwema kwangu; nimefanya kimbilio kwa BWANA Mungu, niyahubiri matendo yako yote."

Kama tumechukua baraka ya kwanza kati ya Heri kwa kuwa karibu na Mungu, tunapaswa kuwa watoto wa kiroho zaidi, tumpende Mungu kwa ari zaidi, na tuhubiri injili kwa wale walio maskini wa roho. Ninatumaini utapata kabisa Heri ambazo Mungu wa upendo na baraka amekutayarishia.

Sura ya 2
Baraka ya Pili

Heri Wenye Huzuni, maana hao watafarijika.

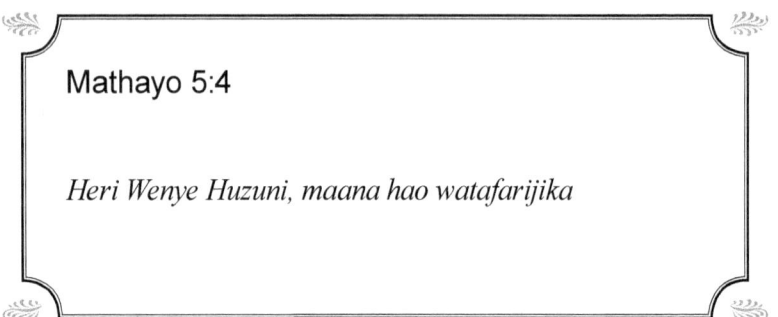

Kulikuwa na marafiki wawili waliopendana sana. Walitunzana na kupendana sana hivi kwamba mmoja angeweza kutoa maisha yake ili amwokoe yule mwingine. Lakini siku moja, mmoja wao alikufa vitani. Yule aliyebaki aliomboleza mpaka jioni, akimkosa yule rafiki aliyekuwa amekufa.

Nimesikitika kwa ajili yako, Yonathani, ndugu yangu, ulikuwa ukinipendeza sana. Upendo wako kwangu ulikuwa wa ajabu, Kupitia upendo wa wanawake."

Huyu mtu alimchukua mwana wa rafiki yake akamtunza kama mwanawe. Ni hadithi ya Daudi na Yonathani, iliyoelezwa katika 2 Samweli sura ya 1.

Tunapokuwa tunaishi katika ulimwengu huu, tunakabiliwa na mambo mengi ya kuhuzunisha kama kifo cha wapendwa, maumivu ya magonjwa, matatizo maishani, matatizo ya kifedha, na kadhalika. Kusema kwamba maisha ni msururu wa huzuni si kupiga chuku.

Huzuni ya Kimwili, Si Mapenzi ya Mungu

Katika historia ya wanadamu, tunapata vita, ugaidi, njaa, na mabaa mengine yanayofanyika katika kiwango cha kitaifa. Pia, kuna mambo mengi na matatizo mengi ya kuhuzunisha yanayofanyika katika kiwango cha mtu binafsi.

Wengine wanahuzunika kwa sababu ya matatizo ya kifedha, na wengine wanaugua maumivu ya magonjwa. Wengine wana majonzi mengi kwa sababu mipango yao haitimii na wengine hulia kwa uchungu kwa kusalitiwa na wapendwa wao.

Aina hii ya huzuni inayosababishwa na matukio ya kuhuzunisha ni huzuni ya kimwili. Inatoka katika mihemko miovu ya mtu. Kamwe si mapenzi ya Mungu. Aina hii ya huzuni ya kimwili haiwezi kutulizwa na Mungu.

Lakini badala yake, Biblia inatuambia kwamba ni mapenzi ya Mungu kwetu sisi kufurahi siku zote (1 Wathesalonike 5:16). Pia, Mungu anatwambia katika Wafilipi 4:4, "Furahini katika Bwana siku zote; tena nasema furahini!" Vifungu vingi vya Biblia vinatwambia tufurahi.

Wengine wanaweza kushangaa wakifikiri, "Ninaweza kufurahi ninapokuwa na kitu cha kufurahia, lakini ninawezaje kufurahi wakati ninapokuwa na matatizo mengi, maumivu, na mambo magumu?"

Lakini tunaweza kufurahi na kushukuru kwa sababu tayari tumekuwa watoto wa Mungu waliookolewa na kupokea ahadi ya ufalme wa mbinguni. Pia, kama watoto wa Mungu, tunapoomba, atasikia na kututatulia matatizo yetu. Kwa sababu tunaamini ukweli huu, kwa hakika tunaweza kufurahi na kutoa shukrani.

Ni hadithi ya Kasisi Dr. Myong-ho Cheong, ambaye ni mmishenari kwa Afrika kutoka kanisani kwetu, akihubiri injili katika mikutano mingi sana katika nchi hamsini na nne za Afrika. Kama miaka kumi iliyopita, aliacha kazi yake kama profesa wa chuo na akaenda Afrika kwa ajili ya kazi za umishenari. Punde tu, mwanawe wa pekee akafa.

Washiriki wengi wa kanisa wakamfariji, lakini yeye alitoa tu shukrani kwa Mungu na badala yake akawafariji wale washiriki wa kanisa. Alitoa shukrani kwa sababu Mungu alikuwa amemchukua mwanawe katika ufalme wa mbinguni ambako hakuna machozi, huzuni, maumivu, au ugonjwa. Na kwa sababu alikuwa na tumaini la kumwona mwanawe mbinguni, aliweza kufurahi.

Vivyo hivyo, kama tuna imani, hatutakuwa na huzuni ya kimwili tukawa hatuwezi kushinda mihemko yetu ya huzuni kwa sababu ya mambo ya kuhuzunisha. Tutaweza kufurahi katika hali yoyote.

Hata tukikutana na tatizo fulani, tukitoa shukrani na kuomba na imani, Mungu hufanya kazi kwa kuona imani yetu. Atafanya kazi kwa uzuri wa kila kitu, na kwa hivyo, kwa watoto wa kweli wa Mungu, hali za kimwili za kuhuzunisha hazijalishi.

Mungu Anataka Huzuni ya Kiroho

Mungu hataki huzuni ya kimwili bali anataka huzuni ya kiroho. Mathayo 5:4 inasema, "Heri Wenye Huzuni," na hapa 'huzuni' maanake ni huzuni ya kiroho kwa ajili ya ufalme na haki ya Mungu. Basi, kuna aina gani za huzuni ya kiroho?

Kwanza, kuna huzuni ya kutubu.

Tunapomwamini Yesu Kristo na kumkubali kama Mwokozi wetu, tunatambua kutoka moyoni, kwa msaada wa Roho Mtakatifu, kwamba alikufa msalabani kwa ajili ya dhambi zetu.

Tunapohisi upendo huu wa Yesu, tutakuwa na huzuni ya kutubu, tukitubu dhambi zetu na machozi na makamasi.

Kutubu ni kuacha kuishi katika dhambi kama tulivyofanya wakati tulipokuwa hatumjui Mungu na kuishi kwa kufuata Neno la Mungu. Tunapokuwa na huzuni ya kutubu, mzigo wa dhambi zetu utachukuliwa, na tunaweza kuona kwamba furaha inabubujika kutoka mioyoni mwetu.

Ni zaidi ya miaka 30 iliyopita tayari, lakini bado ninakumbuka vizuri mkutano wa I wa uvuvio niliohudhuria baada ya kukutana na Mungu. Hapo, nilikuwa na huzuni nyingi sana ya kutubu na machozi na makamasi, niliposikia Neno la Mungu.

Hata kabla ya kukutana na Mungu, nilijivunia mwenyewe kwamba niliishi maisha ya haki na mazuri. Lakini niliposikiliza Neno la Mungu, nilipoangalia maisha yangu ya kale, nilipata kwamba kulikuwa na mambo mengi yasiyokuwa kweli. Niliporarua moyo wangu katika toba, nilisikia mwili wangu ukiwa mwepesi na ulioburudika kana kwamba ulikuwa unapeperuka. Pia nilipata uhakika kwamba ningeweza kuishi kwa kufuata Neno la Mungu, Kuanzia wakati huo na kwendelea niliacha kuvuta sigara na kunywa pombe na nikaanza kusoma Biblia na kuhudhuria mikutano ya maombi ya alifajiri.

Hata baada ya kupokea neema hii ya kuwa na huzuni ya toba, tunaweza kuwa na mambo mengine ya kuhuzunikia katika maisha yetu ya Kikristo. Tunapokuwa watoto wa Mungu, ni lazima tuache dhambi na tuishi maisha matakatifu kulingana na Neno la Mungu. Lakini mpaka tufikie kipimo cha imani cha mtu mzima, bado hatuko wakamilifu na wakati mwingine tunafanya dhambi.

Katika hali hii, tukimpenda Mungu, tutahuzunika sana mbele za Mungu na tutubu sawasawa tukiomba, "Mungu, nisaidie ili jambo la aina hii halitafanyika tena. Nipe nguvu ili niweze kutekeleza Neno lako." Tunapokuwa na aina hii ya huzuni, nguvu ya kuacha dhambi itakuja kutoka juu. Kwa hivyo, kuhuzunika ni baraka kuu iliyoje!

Waumini wengine hufanya dhambi zile zile na kutubu, na kurudia tena, na kutubu tena. Ni kisa ambacho mabadiliko yako polepole sana au ambapo hakuna mabadiliko. Ni kwa sababu hawatubu kweli kutoka vilindi vya mioyo yao, ingawa wanaweza kusema wana huzuni ya toba.
Tuseme kijana anashikana na marafiki wabaya na anafanya mambo mengi sana mabaya. Anaomba msamaha kutoka kwa wazazi wake, lakini anaendelea kufanya mambo yale yale. Basi hiyo si toba ya kweli. Ni lazima ageuke, aache kushikana na marafiki wabaya na asome kwa bidii. Ni hapo tu peke yake ndipo inaweza kuchukuliwa kuwa toba ya kweli.
Vivyo hivyo, tusiendelee kutenda dhambi zile zile, tukitubu tu kwa maneno, bali tuzae matunda ya toba kwa kuonyesha matendo ya haki (Luka 3:8).

Zaidi ya hayo, imani yetu inapokua na kuwa viongozi katika kanisa, tusiwe na huzuni yoyote ya toba tena. Hii haimaanishi kwamba hatupaswi kuhuzunika hata baada ya kufanya dhambi. Maanake ni kwamba ni lazima tuache dhambi ili kuwe hakuna jambo la kuhuzunikia.

Tunapokosa kutimiza majukumu yetu, pia tunahuzunika katika toba. 1 Wakorintho 4:2 inasema, "Hapo tena inayohitajiwa katika mawakili, ndiyo mtu aonekane kuwa mwaminifu." Kwa hivyo ni lazima tuwe waaminifu na tuzae matunda mazuri katika majukumu yetu. Kama hatutafanya hivyo, ni lazima tuwe na huzuni ya toba.

Jambo moja muhimu hapa ni kwamba kama hatutatubu na kugeuka tunapokosa kutimiza majukumu yetu, unaweza kuwa ukuta wa dhambi dhidi ya Mungu, na matokeo yake ni kwamba Mungu hatatulinda. Ni kitu kama mtoto mkubwa ambaye bado anafanya mambo kama mtoto mchanga, na ni lazima akemewe wakati wote.

Lakini tukitubu na kuhuzunika kutoka vililindi vya mioyo yetu, furaha na amani tunayopewa na Mungu vitatujia. Mungu pia atatupatia uhakika kwamba tunaweza kuyafanya. Hutupatia nguvu ya kutimiza majukumu yetu. Hii ndiyo faraja ambayo Mungu huwapatia wale wanaohuzunika.

Pili, kuna kuhuzunika kwa ajili ya ndugu katika imani.

Wakati mwingine, ndugu katika imani hufanya dhambi na kuenenda katika njia ya kifo. Katika hali hii, kama tuna huruma, tutakuwa na wasiwasi na kusikitika kwa ajili ya hao ndugu. Kwa hivyo tutahuzunika kama ambao hayo mambo ni yetu wenyewe. Hata tutatubu kwa niaba yao na kuomba na upendo ili waweze kutenda kwa kufuata kweli.

Tunaweza kuwa na aina hii ya huzuni na maombi ya machozi ya kutubu kwa niaba yao wakati tu peke yake tunapokuwa na upendo wa kweli kwa ajili ya hizo roho. Mungu anapendezwa na aina hii ya maombi na huzuni na hutupatia faraja.

Kinyume na hili, kuna watu wanaohukumu na kuwahesabia wengine hatia, na kuwasumbua wengine badala ya kuhuzunika na kuomba kwa ajili yao. Pia, watu wengine husambaza makosa ya watu wengine, na hili si jambo la haki machoni mwa Mungu. Ni lazima tufunike makosa ya wengine tunaowapenda, na tuwaombee wasitende dhambi.

Ufiadini wa Stefano unanakiliwa katika Matendo sura ya 7. Wayahudi walichukizwa na ujumbe aliohubiri Stefano. Aliposema kwamba macho yake ya kiroho yalifunguliwa na akamwona Bwana Yesu akisimama mkono wa kuume wa Mungu, wakampiga mawe mpaka akafa.

Hata alipokuwa akipigwa mawe, Stefano aliomba na upendo kwa ajili ya wale watu waovu waliokuwa wanampiga mawe.

Wakampiga kwa mawe Stefano, naye akiomba, akisema, 'Bwana Yesu, pokea roho yangu!' Akapiga magoti, akalia kwa sauti kuu, 'Bwana, usiwahesabie dhambi hii!' Akiisha kusema haya akalala (Matendo 7:59-60).

Matendo ya Yesu yalikuwa namna gani? Alipokea dhihaka zote na mateso aliposulubiwa, lakini akawaombea wale waliokuwa wanamsulubisha, akasema, "Baba, uwasamehe, kwa kuwa hawajui watendalo" (Luka 23:34).

Huku akichukua maumivu ya msalaba hata ingawa alikuwa hana hatia kabisa, bado aliomba kwa ajili ya msamaha wa dhambi za wale waliokuwa wanamsulubisha. Kupitia kwa hilo, tunaweza kufahamu jinsi upendo wa Yesu ulivyo na kina, mpana na mkuu kwa ajili ya roho. Hii ndiyo aina halisi ya moyo machoni mwa Mungu. Ni moyo ambao tukiwa nao tunaweza kupokea baraka.

Pia kuna huzuni ya kuokoa roho zaidi.

Watoto wa Mungu wanapowaona wale wanaochafuliwa na dhambi ya ulimwengu huu na kuenenda katika njia ya maangamizi, ni lazima wawe na huruma ya upendo wakitamani rehema kwa ajili yao. Leo, dhambi na uovu vimejaa kama tu wakati wa Nuhu. Kizazi hicho kiliadhibiwa kwa gharika. Sodoma na Gomora iliadhibiwa kwa moto.

Kwa hivyo, tunapaswa kuwa na huzuni kwa ajili ya wazazi wetu, ndugu na dada zetu, jamaa zetu, na majirani zetu ambao bado hawajaokoka. Pia, ni lazima tuhuzunike kwa ajili ya taifa letu na watu wetu, makanisa, na juu ya mambo yanayosumbua ufalme wa Mungu. Hii inamaanisha kwamba tunapaswa kuwa na huzuni ya kuokoa roho.

Mtume Paulo siku zote alikuwa ana wasiwasi na huzuni kwa ajili ya ufalme na haki ya Mungu na roho. Aliteswa na akapitia mambo mengi magumu alipokuwa akihubiri injili. Hata alitiwa gerezani. Lakini hakuhuzunika kwa ajili ya mateso yake binafsi, bali alimsifu na kumwomba Mungu tu peke yake (Matendo 16:25). Lakini siku zote alihuzunika sana kwa ajili ya ufalme wa Mungu na roho.

Baghairi ya mambo ya nje, yako yanijiayo kila siku, ndiyo maangalizi ya makanisa yote. Ni nani aliye dhaifu, nisiwe dhaifu nami? Ni nani aliyekwazwa nami nisichukiwe? (2 Wakorintho 11:28-29).

Kwa hiyo kesheni, mkikumbuka ya kwamba miaka mitatu, usiku na mchana, sikuacha kumwonya kila mtu kwa machozi (Matendo 20:31).

Wakati waamini wanapokosa kusimama imara katika Neno la Mungu au wakati kanisa linapokosa kuonyesha utukufu wa Mungu, watu kama Paulo watahuzunika na wawe na wasiwasi na huzuni kwa ajili yake.

Pia, wanapoteswa kwa ajili ya jina la Bwana, hawahuzuniki kwa sababu ni vigumu kwao. Badala yake huhuzunika kwa ajili ya roho za watu wengine. Zaidi ya hayo, wanapoona ulimwengu unaendelea kuwa giza zaidi na zaidi, wanahuzunika na kuomba kwamba utukufu wa Mungu ufunuliwe kwa ukuu zaidi na roho nyingi zaidi zitaokolewa.

Hitaji la Upendo wa Kiroho ili Tuhuzunike Kiroho

Sasa, tufanye nini ili tupate kuhuzunika kiroho, ambako ndiko Mungu apendako? Ili tuwe na huzuni ya kiroho, juu ya yote, ni lazima tuwe na upendo wa kiroho ndani yetu.

Kama ilivyosemwa katika Yohana 6:63, "Roho ndiyo itiayo uzima, mwili haufai kitu," ni aina ya upendo anaotambua Mungu peke yake unatoa uzima na unaweza kuongoza watu katika njia ya wokovu. Hata kama mtu ataonekana kuwa na upendo mwingi sana, kama upendo wake uko mbali na kweli, ni upendo tu wa kimwili.

Upendo unaweza kugawanywa katika upendo wa kimwili na upendo wa kiroho. Upendo wa kimwili ni upendo unaojitafutia. Ni upendo usio na maana ambao mwishowe hugeuka na kupotea. Kwa upande mwingine, upendo wa kiroho haubadiliki kamwe. Huu ni upendo katika Neno la Mungu ambalo ndilo kweli. Ni upendo wa kweli unatafuta manufaa ya mwingine huku ukijitoa mwenyewe.

Upendo wa kiroho hauwezi kupatikana kwa nguvu za wanadamu. Ni wakati tu peke yake tunapotambua upendo wa Mungu na kukaa katika kweli ndipo tunaweza kutoa upendo kama huo. Tukiwa na upendo wa kiroho yaani upendo ambao unaweza kupenda hata adui zetu na kutoa maisha yetu kwa ajili ya wengine, basi Mungu atatupatia baraka nyingi sana. Tunapokuwa na upendo huu, tunaweza kutoa maisha kila mahali tutakapoenda, na watu wengi watamrudia Bwana.

Kwa hivyo, tunapokuwa na upendo wa kiroho mioyoni mwetu, tunaweza kuhuzunikia nafsi zinazokufa na kuziombea. Tunapokuwa na upendo huu, hata watu wenye mioyo migumu watabadilika, na unaweza kutoa maisha na imani.

Mababu wa imani waliopendwa na Mungu walikuwa na upendo wa kiroho wa aina hii, na waliombea nafsi zilizokuwa zinaiendea njia ya maangamizi. Waliomba kwa machozi na huzuni kwa ajili ya ufalme na haki ya Mungu. Hawakutoa machozi tu, bali walitunza nafsi nyingine usiku na mchana, wakiwa waaminifu kwa majukumu waliyopewa.

Kwa kweli ni huzuni ya kiroho wakati tu peke yake inapofuatwa na matendo ya kuhubiri Neno, kuomba, na kutunza nafsi na kuzipenda. Tukiwa na upendo wa kiroho, pia tutakuwa na huzuni ya kiroho kwa ajili ya ufalme wa Mungu na haki yake.

Kisha, kama inavyosemwa katika Mathayo 6:333, "Bali utafuteni kwanza ufalme wake, na haki yake; na hayo yote mtazidishiwa," roho na nafsi vitabadilika, ufalme wa Mungu utatimilika, na mambo mengine ya lazima yatatolewa na Mungu kwa wingi.

Baraka Wanazopewa Wale Wanaohuzunika

Kama inavyosemwa katika Mathayo 5:4, "Heri Wenye Huzuni, maana hao watafarijika," tukihuzunika kiroho, tutafarijiwa na Mungu.

Faraja anazotupatia Mungu ziko tofauti na zile ambazo watu wanaweza kutoa. 1 Yohana 3:18 inasema, "Watoto wadogo, tusipende kwa neno, wala kwa ulimi, bali kwa tendo na kweli." Kama alivyosema Mungu, hatufariji na maneno tu peke yake bali na vitu pia.

Kwa wale maskini, Mungu huwapa baraka za kifedha. Kwa wale wenye magonjwa, Mungu huwapatia afya njema. Kwa wale waombeao matamanio ya moyo, Mungu huwapa majibu.

Pia, kwa wale wanaohuzunika kwa sababu kwa kuwa hawana nguvu ya kutosha kutimiza majukumu yao, Mungu huwapa nguvu. Kwa wale wanaohuzunika wa ajili ya nafsi, Mungu huwapatia tunda la uinjilisti na uvuvio. Zaidi ya hayo, kwa wale wanararua mioyo yao na kuhuzunika ili waache dhambi, Mungu huwapa neema ya msamaha wa dhambi. Pia, kwa kiasi watakavyoacha dhambi na kutakasika, Mungu huwabariki kudhihirisha kazi kuu za uwezo wa Mungu kama ilivyofanyika katika kisa cha mtume Paulo.

Miaka mingi iliyopita, nilipitia matatizo makubwa ambayo katika hayo kanisa hili lilikuwa karibu kuangamia. Ilinibidi nihuzunike sana kwa sababu ya watu walioleta majaribu kanisani, na kwa wale washiriki waliokuwa hawana hatia na waliokuwa bado wanateswa. Kwa sababu ya washiriki waliokuwa na imani dhaifu waliacha kanisa, sikuweza hata kula wala kulala.

Kwa sababu nilijua kutatiza kanisa la Mungu ni dhambi kubwa sana, nilimwaga machozi mengi sana nikifikiri juu ya nafsi zilizoleta taabu kwa kanisa. Hasa, nilipoona nafsi zilizosikia uvumi wa uongo tu, na zikaacha kanisa na kusimama kinyume cha Mungu. Ilinibidi nihuzunike sana nikihisi jukumu la kukosa kuwatunza vizuri.

Nilikonda sana, na ilikuwa vigumu kwangu hata kutembea. Bado nilikuwa ninalazimika kuhubiri mara tatu kwa wiki. Wakati mwingine mwili wangu ulitetemeka, lakini kwa sababu ya kuwasikitikia washiriki wa kanisa, ilinibidi nikae mahali pangu. Mungu aliuona huo moyo wangu na kila wakati nilipoomba, alinifariji na kusema, "Nakupenda. Hii kwa kweli ni baraka."

Baraka ya Kupokea Faraja ya Mungu

Wakati ulipofika, Mungu alitatua kila suitafahamu moja baada ya nyingine, na ilikuwa nafasi ya washiriki wetu wa kanisa kukua katika imani. Mungu alianza kuonyesha kazi za kushangaza sana za uwezo wake ambazo hazingeweza kufananishwa na chochote cha awali. Alituonyesha ishara nyingi na maajabu na mambo yasiyokuwa ya kawaida.

Aliliokoa kanisa hata halikuanguka na badala yake, akatupatia baraka za uvuvio wa kanisa. Pia akafungua mlango wa misheni ya ulimwengu wazi zaidi. Katika injili za ng'ambo, alituma mamia, halafu maelfu na mamilioni ya watu kukusanyika na kusikia injili na kupokea wokovu. Ilikuwa zawadi na furaha iliyoje!

'Tamasha la 2002 la Maombi ya Uponyaji wa Kimiujiza la India' lilifanyika katika ufuo wa pili mrefu zaidi ulimwenguni, Ufuo wa Marina, India. Lilihudhuriwa na idadi ya jumla ya takribani zaidi ya watu milioni 3. Wengi wao waliponywa na Wahindu wengi sana wageuka Wakristo.

Faraja ya Mungu huja katika baraka ambazo hatuwezi kudhania. Hutupatia mambo tunayohitaji zaidi, na mengi kuliko tunavyohitaji. Pia hutupatia zawadi katika ufalme wa mbinguni, na kwa hivyo ni baraka ya kweli.

Ufunuo 21:4 inasema, "Naye atafuta kila chozi katika macho yao, wala mauti haitakuwapo tena; wala maombolezo, wala kilio, wala maumivu hayatakuwapo tena; kwa kuwa mambo ya kwanza yamekwisha kupita." Kama ilivyosemwa, Mungu hutulipa na utukufu na zawadi kule mbinguni ambako hakutakuwa na kilio, huzuni, wala maumivu.

Nyumba za mbinguni za wale wanaohuzunika siku zote na kuombea ufalme wa Mungu na kanisa lake watakuwa na dhahabu, mawe mengi ya thamani, na zawadi nyingine. Na hasa, zitapambwa na lulu kubwa za kung'ara. Ili lulu ipate kutengenezwa, chaza ni lazima avumilie maumivu na mtikiso kwa muda mrefu na atoe kitu angavu, akijitoa mwenyewe ili atengeneze hiyo lulu.

Kwa njia hiyo hiyo, huku tukiwa tunakuzwa hapa duniani, tukimwaga machozi ili tubadilike, na kuomba na huzuni kwa ajili ya ufalme wa Mungu na nafsi nyingine, Mungu atatufariji na lulu inayoashiria mambo haya yote.

Kwa hivyo, tusihuzunike kimwili, bali kiroho na kwa ajili ya ufalme wa Mungu na nafsi nyingine peke yake. Kwa kufanya hivyo tutafarijiwa na Mungu na tutapokea zawadi za thamani katika ufalme wa mbinguni pia.

Sura ya 3
Baraka ya Tatu

—— ⌘ ——

Heri Wenye Upole, maana Hao Watairithi Nchi.

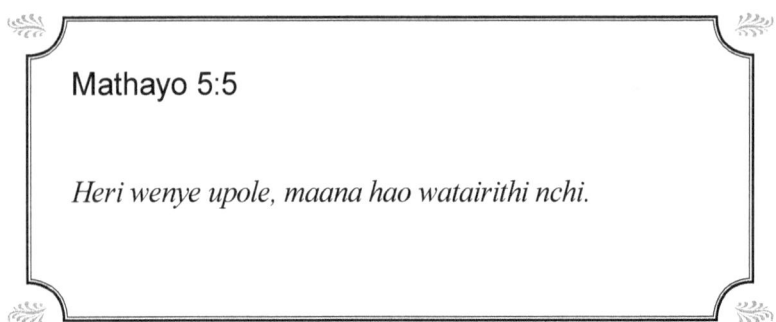

Lincoln alipokuwa mwanasheria asiyejulikana katika miaka yake ya ujanani, kulikuwa na mwanasheria aliyeitwa Edwini M. Stanton aliyemchukia Lincoln sana. Wakati mmoja, Stanton aliambiwa kwamba alikuwa hana budi kuchukua kesi na Lincoln, na akafunga mlango kwa kishindo akatoka.

"Nitawezaje kufanya kazi na huyu mwanasheria wa kutoka mashambani?"

Baada ya muda, wakati raisi mteule Lincoln alipokuwa anaunda baraza lake la mawaziri, alimteua Stanton kama Katibu wa Vita wa Marekani wa ishirini na saba. Washauri wa Lincoln walishangaa na wakamwomba aufikirie vizuri huo uteuzi wake. Ni kwa sababu wakati mmoja Stanton alikuwa amemkashifu Lincoln hadharani akisema kwamba lilikuwa "janga la kitaifa" kwamba Lincoln alikuwa amechaguliwa kuwa raisi.

"Kuna shida gani hata kama ananidharau? Ana ufahamu mkuu wa wajibu na ana uwezo wa kushinda hali ngumu. Ana uwezo wa kuwa zaidi ya Katibu wa Vita."

Lincoln alikuwa na moyo mkuu na mpole. Aliweza kumwelewa na kumkubali hata mtu aliyekuwa anamkashifu. Hatimaye, hata Stanton alimheshimu na alipokufa, alisema haya kuhusu Lincoln, "Lincoln alikuwa mtawala wa wanadamu mkamilifu zaidi ya wote ambao ulimwengu umewahi kuwa nao."

Vivyo hivyo, badala ya kumchukia mtu asiyetupenda na kujiepusha naye, kumbadilisha na kutoa nje uzuri wake ni kudhihirisha moyo mwema na mpole.

Upole wa Kiroho Anaokiri Mungu

Kwa jumla, watu husema kwamba kuwa mndani, mwoga, mnyenyekevu na silika isiyo na ukali ni kuwa mpole. Lakini Mungu anasema wale walio wapole na wema ndio wapole kweli.

Hapa 'wema' maanake ni 'mambo ya haki, halisi na ya moyo ulionyooka'. Kuwa mwema kwa Mungu ni kufanya jambo kwa unyoofu katika kutekeleza kiasi na watu wengine, kuwa na heshima, na kutayarika katika vipengele vyote.

Upole na wema vinaonekana kuwa sawa, lakini kuna tofauti ya wazi. Upole ni wa ndani zaidi huku wema ukiwa kama nguo huku nje. Hata kama mtu ni mkuu, kama hatavaa nguo halisi, mwonekano wake wa usanifu na heshima utashuka. Vivyo hivyo, kama hatuna wema pamoja na upole, hautakuwa kamilifu. Pia, hata kama tunaonekana kuwa wema, kama hatutakuwa na upole ndani yetu, haitakuwa na maana yoyote. Ni kama kokwa isiyokuwa na kitu ndani yake.

Upole wa kiroho ambao Mungu anaweza kuukiri sikuwa tu na hulka baridi; ni kuwa na wema pia. Basi, tutaweza kuwa na moyo mkuu wa kukubali watu wengi kama mti mkubwa unavyotoa kivuli kikubwa kwa watu kupumzika.

Kwa Yesu alikuwa mpole, hakugombana au kupiga kelele, na sauti yake haikusikika barabarani. Aliwachukulia watu wazuri na watu waovu na moyo huo huo, na kwa hivyo, watu wengi wakamfuata.

Wema wa Kukubali Watu Wengi

Katika historia ya Korea, kulikuwa na mfalme mmoja aliyekuwa na hulka ya upole. Alikuwa Sejong Mkuu. Hakuwa tu na hulka ya upole bali pia alikuwa na wema. Alipendwa na mawaziri wake na watu. Katika wakati wake, kulikuwa na wasomi wakubwa kama Hwang Hee na Maeng Sa Sung. La muhimu zaidi, alifanikiwa kuunda 'Han-gul,' herufi za Kikorea.

Aligeuza mfumo wa matibabu na pia mpangilio wa vyuma. Aliteua watu wa aina nyingi katika maeneo mbalimbali yakijumuisha muziki na sayansi, na akatimilisha mafanikio mazuri ya kitamaduni. Kwa hivyo unaona kwamba mtu akiwa mpole na mwema, watu wengi wanaweza kupumzika kwake, na matokeo yake pia ni mazuri.

Wale walio wapole wanaweza kukubali hata watu wengine wenye mawazo na elimu tofauti. Hawahukumu au kuhesabia hatia ya uovu katika mambo yoyote. Wanaelewa kutoka mtazamo wa wale wengine katika kila hali. Mioyo yao inaweza kuelezwa kama laini na tulivu kutosha kuwahudumia wengine katika unyenyekevu.

Tukitupa jiwe juu ya kipande cha chuma kigumu, litapiga kelele kubwa. Tukitupa jiwe juu ya kioo, kitavunjika. Lakini tukitupa jiwe juu ya bunda la pamba, halitafanya kelele au kuvunja, kwa sababu pamba litakubali hilo jiwe.

Vivyo hivyo, mtu mpole hataacha hata wale wenye imani dhaifu watendao maovu. Atangojea mpaka mwisho ili wapate kubadilika na awaongoze kufanya vyema zaidi. Maneno yake hayatakuwa ya sauti ya juu au ya kuvunja, bali laini na ya upole. Hatasema mambo yasiyokuwa na maana lakini maneno ya kweli na ya lazima peke yake.

Pia, hata kama watu wengine wanamchukia, hataudhika au kuwa na hisia mbovu dhidi yao. Anapopokea ushauri au kemeo, atakubali kwa furaha kujiboresha. Aina hii ya mtu hatakuwa na shida yoyote na mtu mwingine yeyote. Ataelewa upungufu wa wengine na awakubali, hivyo basi ataipata mioyo ya wengi.

Ukuze Moyo na Uufanye Mchanga Mzuri

Ili tuweze kuwa na upole wa kiroho, ni lazima tujaribu kukuza shamba la mioyo yetu kwa bidii. Katika Mathayo sura ya 13, Yesu alitupatia mfano wa aina nne za mchanga tofauti, akizifananisha na mioyo yetu.

Katika mchanga mgumu wa njiani, mbegu yoyote itakayoanguka juu yake haitaweza kumea na kukita mizizi. Moyo kama huu hautakuwa na imani hata baada ya kusikiliza Neno la Mungu. Mtu mwenye moyo wa aina hii ni mkaidi; haufungui moyo wake hata baada ya kusikia kweli, kwa hivyo hawezi kukutana na Mungu. Hata kama anaenda kanisani, yeye ni mhudhuriaji wa kanisa tu. Neno halipandwi ndani yake, kwa hivyo imani yake haiwezi kumea, kukita mizizi na kukua.

Mchanga wa mawe unaweza kumeza mbegu zilizoanguka juu yake, lakini mimea kutoka kwa hiyo mbegu haiwezi kukua kwa sababu ya hayo mawe. Mtu mwenye moyo huu hana hakikisho la imani hata baada ya kusikiliza Neno. Akijaribiwa, atashindwa na kuanguka. Anamjua Mungu, na pia anapokea ujazo wa Roho, kwa hivyo yeye ni bora kuliko mchanga wa 'njiani'. Lakini, kwa sababu moyo wake haukukuzwa katika kweli, unanyauka na kufa na hakuna matendo yanayofuata ukuzaji.

Katika eneo la miiba, mbegu inaweza kumea na kukua, lakini kwa sababu ya hiyo miiba, haiweze kuzaa matunda. Mtu mwenye moyo huu ana tamaa zake, majaribu ya pesa, mahangaiko ya ulimwengu huu, na mipango na mawazo yake mwenyewe, kwa hivyo hawezi kuona uwezo wa Mungu katika kila jambo.

Katika mchanga mzuri, mbegu inaweza kukua na kuzaa matunda yaani mara thelathini, mara sitini, au mara mia zaidi ya ile mbegu ya asili. Mtu mwenye moyo huu atatii na 'Ndiyo' na 'Amina' peke yake kwa Neno la Mungu analosikia. Kwa hivyo anaweza kuzaa matunda mengi katika kila jambo. Hii ndiyo aina ya moyo wa wema anaotaka Mungu.

Natuangalie tuna moyo wa aina gani. Kwa kweli, ni vigumu kutofautisha kwa usahihi kabisa kati ya mioyo tofauti, kama ni wa njiani, wa mchanga wa mawe, wa mchanga wa miiba, au wa mchanga mzuri kama ambao tulikuwa tunaupima kwa mizani.

Moyo 'wa njiani' unaweza pia kuwa na mchanga wa mawe, na hata kama tuna mchanga mzuri, mambo yasiyokuwa kweli ambayo ni kama mawe yanaweza kutiwa mioyoni mwetu tunapokua.

Lakini bila kujali aina ya mchanga wa moyo tulio nao, tukiukuza kwa bidii, tunaweza kuufanya mchanga mzuri. Vivyo hivyo, badala ya aina ya moyo tulio nao, jambo la muhimu zaidi ni tunajaribu kuukuza moyo ule kwa bidii ya aina gani.

Kama vile mkulima anavyotoa mawe, na kung'oa kwekwe, na kutia mchanga mbolea ili aufanye kuwa mchanga mzuri huku akitumaini kupata mavuno mengi, tukitoa aina za uovu kama chuki, husuda, wivu, ugomvi, kuhukumu, na kuhesabia hatia wengine kutoka mioyoni mwetu, tunaweza kuwa na mchanga mzuri wa moyoni wenye wema na upole mwingi katika hulka.

Omba na Imani Mpaka Mwisho na Uache Uovu

Ili tuikuze mioyo yetu, kwanza kabisa, ni lazima tuabudu katika roho na katika kweli. Tusikilize Neno na kulielewa. Pia, hata katika matatizo, ni lazima tufurahi, tuombe bila kukoma, na tutoe shukrani katika hali zote pamoja na jitihada za kuacha uovu mioyoni mwetu.

Tukiomba nguvu za Mungu kupitia maombi moto na kujaribu kuishi kwa kufuata Neno, basi, tunaweza kupokea neema na nguvu za Mungu na msaada wa Roho Mtakatifu, ili tuweze kuacha uovu upesi.

Hata kama mchanga ni mzuri sana, kama hatutapanda mbegu na kutunza mimea, basi, hatutapata mavuno yoyote. Vivyo hivyo, jambo la muhimu ni kwamba tusijaribu mara moja, au mara mbili na halafu tuache, bali natuombe kwa imani mpaka mwisho. Kwa sababu imani ni hakika ya'mambo yatarajiwayo (Waebrania 11:1), ni lazima tujaribu kwa bidii na tuombe kwa imani. Ni hapo peke yake ndipo tutakapoweza kuvuna kwa wingi.

Pia, katika utaratibu wa kutoa aina za uovu kutoka mioyoni mwetu, tunaweza kuona tumetoa uovu kwa kiasi fulani, lakini inaweza kuonekana kwamba uovu huo unaendelea kuibuka tu. Ni kama tu tunapoambua kitunguu. Hata baada ya kuambua safu mara kadhaa, bado huwa na ngozi ya aina ileile. Lakini kama hatutavunjika moyo bali tuendelee kutoa uovu hadi mwisho, hatimaye tutakuwa na mioyo ya upole ambayo haina uovu ndani yake.

Upole wa Musa

Musa alipokuwa anawaongoza Waisraeli kwenda nchi ya Kanaani wakati wa ile miaka arobaini ya Kutoka, alikutana na hali nyingi sana ngumu.

Watu wazima wa kiume peke yao walikuwa 600,000. Ukijumulisha wanawake na watoto, idadi yao lazima ilikuwa zaidi ya watu milioni mbili. Alilazimika kuongoza watu wengi sana kwa miaka arobaini jangwani ambako kulikuwa hakuna chakula wala maji. Tunaweza kudhania alilazimika kushinda vikwazo vingapi vigumu!

Kulikuwa na jeshi la Misri lililokuwa linawafuata nyuma (Kutoka 14:9), na mbele yao kulikuwa na Bahari ya Shamu. Lakini Mungu akawafungulia Bahari ya Shamu hivyo wakaweza kuivuka kama nchi kavu (Kutoka 14:21-22).

Wakati kulipokuwa hakuna maji ya kunywa, Mungu akasababisha maji kutiririka kutoka kwenye mwamba (Kutoka 17:6). Mungu pia aligeuza maji yaliyokuwa uchungu yakawa matamu (Kutoka 15:23-25). Wakati kulipokuwa hakuna chakula, Mungu alituma mana na kware na akawalisha (Kutoka sura ya 14-17).

Hata wakati walipokuwa wanashuhudia uwezo wa Mungu aliye hai, Waisraeli walilalamika dhidi ya Musa kila wakati walipopata jambo gumu.

Wana wa Israeli wakawaambia, "Laiti tungalikufa kwa mkono wa Bwana katika nchi ya Misri, hapo tulipoketi karibu na zile sufuria za nyama, tulipokula vyakula hata kushiba; kwani mmetutoa huko na kututia katika bara hii, ili kutuua kwa njaa kusanyiko hili lote," (Kutoka 16:3).

Watu wakawa na kiu huko; nao wakamnung'unikia Musa, wakasema, "Mbona umetupandisha kutoka Misri, kutuua sisi na watoto wetu na wanyama wetu kwa kiu?" (Kutoka 17:3).

Mkanung'unika hemani mwenu, mkasema, "Ni kwa sababu Bwana ametuchukia, ndipo akatutoa katika nchi ya Misri, apate kututia katika mikono ya Waamori, ili kutuangamiza" (Kumbukumbu la Torati 1:27).

Baadhi yao walijaribu hata kumpiga mawe Musa. Musa alilazimika kukaa na watu wa aina hii kwa miaka arobaini, akiwafundisha kweli na kuwaongoza kwenda nchi ya Kanaani. Na ukweli huu peke yake, tunaweza kudhania kiwango cha upole wake.

Hiyo ndiyo sababu Mungu alimsifu katika Hesabu 12:3, akisema, "Basi huyo mtu, huyo Musa, alikuwa mpole sana zaidi ya wanadamu wote waliokuwa juu ya uso wa nchi."
Lakini si kwamba Musa alikuwa na upole kama huo kuanzia mwanzo. Alikuwa na hasira ya kuua Mmisri aliyekuwa anamtukana mwanamume Mwebrania. Pia alikuwa na uhakika mkuu kwa kuwa alikuwa mwana wa mfalme wa Misri. Lakini alijinyenyekeza na akajigwaga kabisa wakati alipokuwa analisha mabadhi ya kondoo katika jangwa la Midiani kwa miaka arobaini.

Kwa sababu ya kumwua Mmisri, alilazimika kuacha nyumba ya kifalme ya Farao na akawa mkimbizi. Hatimaye wakati alipokuwa anaishi huko jangwani, alitambua kwamba hangeweza kufanya lolote kwa nguvu zake mwenyewe. Lakini, baada ya kutumia wakati huu katika usafishaji, akawa mtu mpole, hivyo basi akaweza kumkubali mtu yeyote.

Tofauti kati ya Upole wa Kimwili na Upole wa Kiroho

Kawaida, wale walio wapole katika maana ya kimwili ni wanyamavu na waoga katika hulka zao. Hawataki aina yoyote ya kelele au sauti za kuvunjavunja.

Kwa hivyo, tunaweza kuona kwamba kimpango hawawezi hata kufanya maamuzi juu ya mambo yasiyokuwa kweli. Wakipatwa na hali ya kutatiza, wanaweza kuikandamiza ndani yao, lakini mioyoni mwao wanateseka. Hali ikizidi mipaka wanayoweza kuvumilia, wanaweza kulipuka na kushangaza watu wengi. Pia, katika wajibu wao, hawana ari ya kuwa waaminifu. Kwa hivyo mwishowe hawazai matunda.

Kwa njia hii kuwa waoga na wandani katika hulka sio aina ya upole unampendeza Mungu. Wanadamu wanaweza kuona kwambu huu ni upole, lakini machoni pa Mungu, anayechunguza mioyo, hulka hii haiwezi kutambuliwa kama upole.

Lakini wale wanaokamilisha upole wa kiroho wa moyo kwa kutoa mambo yasiyokuwa kweli kutoka mioyoni watazaa matunda mengi katika vipengele tofauti vya uinjilisti na uvuvio, kama tu mchanga mzuri unavyoweza kuzaa mavuno mengi.

Pia, kiroho, watazaa tunda la Nuru (Waefeso 5:9), matunda ya upendo wa kiroho (1 Wakorintho sura ya 13:4-7), na tunda la Roho Mtakatifu (Wagalatia 5:22-23). Kwa njia hii, wanakuwa watu wa roho, kwa hivyo wanapokea majibu ya maombi yao upesi.

Juu ya yote, wale walio wapole kiroho wana nguvu na ujasiri katika kweli. Wanapolazimika kufundisha kweli, wanaweza kuwa wakali katika kufundisha. Wanapoona zile nafsi zinazofanya dhambi mbele ya Mungu, wanaweza pia kuwa na nguvu na ujasiri wa kuzikemea na kuzisahihisha kwa upendo hata wawe ni akina nani.

Kwa mfano, Yesu ni mpole wa wote, lakini kuhusu mambo ambayo hayakuwa sawa kulingana na kweli, aliwakemea watu kwa ukali. Yaani, hakuvumilia kuona Hekalu la Mungu likinajisiwa.

Akaona pale hekaluni watu waliokuwa wakiuza ng'ombe na kondoo na njiwa, na wenye kuvunja fedha wameketi. Akafanya kikoto cha kambaa, akawatoa wote katika hekalu, na kondoo na ng'ombe; akamwaga fedha za wenye kuvunja fedha, akazipindua meza zao; akawaambia wale waliokuwa wakiuza njiwa, "Yaondoeni haya; msiifanye nyumba ya Baba yangu kuwa nyumba ya biashara" (Yohana 2:14-16).

Pia aliwakemea vikali Mafarisayo na waandishi waliokuwa wakifundisha mambo yasiyokuwa kweli, wakienda kinyume cha Neno la Mungu (Mathayo 12:34; 23:13-35; Luka 11:42-44).

Kiwango cha Upole wa Kiroho

Jambo moja tunalopaswa kujua ni kwamba kuna upole katika

upendo wa kiroho wa 1 Wakorintho sura ya 13, na pia upole wa kiroho ulio kati ya matunda tisa ya Roho Mtakatifu katika Wagalatia sura ya 5.

Basi, una tofauti gani na upole ulio katika Heri? Kwa kweli, mambo haya matatu si tofauti kabisa kabisa. Maana ya kimsingi ni kuwa laini na kutokuwa mkali pamoja na kuwa na upendo na wema. Lakini kina na upana wa kila moja uko tofauti.

Kwanza, upole katika upendo wa kiroho ndio kiwango cha kimsingi zaidi cha upole cha kukamilisha upendo. Upole katika matunda tisa ya Roho Mtakatifu una maana pana; ni upole katika kila jambo.

Upole katika matunda ya Roho ni ule unazaliwa kama tunda ndani ya moyo, na tunda hili linapofanya kazi na kuteremsha baraka, basi huu ni upole katika Heri.

Kwa mfano, tunaweza kusema kwamba tunapokuwa na matunda mazuri kwa wingi juu ya mti mzuri, tunaliita "tunda la Roho Mtakatifu." Lakini tunapolichukua tunda ili liifae mili yetu, ni tunda katika Heri. Kwa hivyo, tunaweza kusema kwamba upole katika Heri ni wa kiwango cha juu.

Baraka Wanazopewa Wale Walio Wapole wa Kiroho

Kama ilivyosemwa katika Mathayo 5:5, "Heri wenye upole; Maana hao watairithi nchi," tukiwa na upole wa kiroho, tutairithi nchi.

Hapa, 'kuirithi nchi' hakumaanishi tutapokea ardhi hapa duniani, bali tutakuwa na ardhi katika ufalme wa milele wa mbinguni (Zaburi 37:29).

Urithi ni kupata mali, hali, au tabia kutoka kwa vizazi vilivyopita. Kumilki urithi kawaida ni kunatambuliwa na wengine kuliko mali nyingine zinazonunuliwa kwa pesa.

Kwa mfano, mtu akiwa na kipande cha ardhi kilichopokewa katika hiyo jamaa kwa vizazi vingi, majirani wote huwa wanajua tayari. Jamaa hiyo itakiweka kama kitu cha thamani na kuwapokeza watoto wao. Kwa hivyo, kurithi nchi maanake ni kwamba tutaipokea kama nchi yetu kwa hakika.

Basi, sababu ya Mungu kuwapa ardhi wenye upole wa kiroho katika ufalme wa mbinguni ni nini? Zaburi 37:11 inasema, "Bali wenye upole watairithi nchi, watajifurahisha kwa wingi wa amani." Kama ilivyosemwa, ni kwa sababu wenye upole wana wema na wanakubali watu wengi.

Mwenye upole anaweza kusamehe makosa wengine, kuwaelewa na kuwakubali, hivyo basi watu wengi wanaweza kupata pumziko ndani yake na wafurahie amani ndani yake.

Mtu anapoipata mioyo ya watu wengi, kwake yanakuwa mamlaka ya kiroho, na hata katika ufalme wa mbinguni, atapokea mamlaka makubwa. Kwa hivyo, kiasilia atarithi nchi kubwa.

Mamlaka ya Kiroho ya Kurithi Ardhi katika Ufalme wa

Mbinguni

Katika ulimwengu huu, mtu anaweza kupata mamlaka tu peke yake anapokuwa na mal na umaarufu, lakini katika ufalme wa mbinguni, mamlaka ya kiroho yanapewa wale wanajinyenyekeza na kuwatumikia wengine.

Lakini haitakuwa hivyo kwenu; bali mtu ye yote anayetaka kuwa mkubwa kwenu, na awe mtumishi wenu, na mtu ye yote anayetaka kuwa wa kwanza kwenu na awe mtumwa wenu; kama vile Mwana wa Adamu asivyokuja kutumikiwa, bali kutumika, na kutoa nafsi yake iwe fidia ya wengi (Mathayo 20:26-28).

Amin, nawaambia, Msipoongoka na kuwa kama vitoto, hamtaingia kamwe katika ufalme wa mbinguni. Basi, ye yote ajinyenyekeshaye mwenyewe kama mtoto huyu, huyo ndiye aliye mkuu katika ufalme wa mbinguni" (Mathayo 18:3-4).

Tukiwa kama watoto, mioyo yetu itanyenyekeshwa hadi chini kabisa iwezekanavyo. Hivyo basi tutaipata mioyo ya watu wengi hapa duniani, na tutakuwa wale ambao ni wakuu kule mbinguni.

Vivyo hivyo, kwa kuwa mtu hukubali mioyo ya watu wengi na upole wa kiroho, Mungu humpa maeneo makubwa ya ardhi kulingana na upole wake ili amfanye afurahie mamlaka yake milele. Kama hatutapata ardhi kubwa mbinguni, nyumba kubwa na bora zaidi zitawezaje kujengwa?

Tuseme tumemfanyia Mungu kazi nyingi na tukapokea vitu vingi vya kujengea nyumba yetu kule mbinguni, lakini tukiwa na sehemu ndogo ya ardhi, hatuwezi kujenga nyumba kubwa kama hiyo.

Kwa hivyo, wale waingiao Yerusalemu Mpya watapewa sehemu kubwa za ardhi kwa sababu watakuwa wamekamilisha upole wa kiroho kabisa kabisa. Kwa kuwa sehemu yao ya ardhi ni kubwa, nyumba zao pia zitakuwa kubwa na nzuri.

Pia, kwa kila nyumba, kwa njia mwafaka zaidi, kutakuwa na vifaa vya kiasilia kama bustani nzuri zinazotunzwa, maziwa, mabonde, na vilima. Pia kutakuwa na vifaa vingine kama mabwawa ya kuogelea, viwanja vya michezo, mabwalo ya dansi, n.k. Huu ni utunzaji wa Mungu ili mwenye nyumba aweze kukaribisha wale ambao amewakubali na kuwasaidia kukua katika roho na wawe na karamu na washirika katika upendo milele.

Hata leo, Mungu anatafuta kwa bidii wale walio wapole. Anawatafuta ili awape wajibu wa kukubali nafsi nyingi sana na kuziongoza katika kweli, na kuwapa sehemu kubwa za ardhi kama urithi katika ufalme wa milele wa mbinguni. Kwa hivyo, natukamilishe utakazo na upole wa moyo kwa bidii, ili tuweze kurithi ardhi kubwa katika ufalme wa mbinguni.

Sura ya 4
Baraka ya Nne

Heri Wenye Njaa Na Kiu ya Haki, maana Hao Watashibishwa

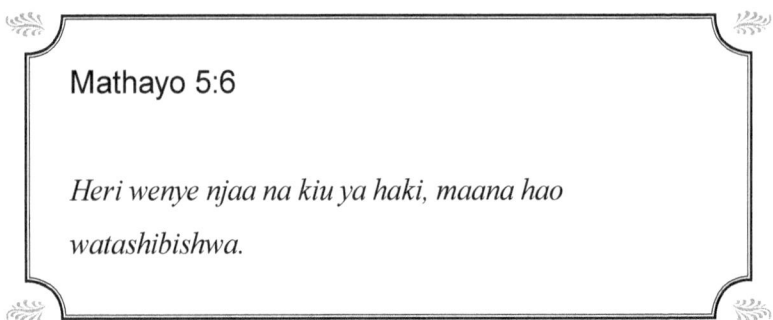

Mithali ya Kikorea inasema, "Mtu akikaa bila kula kwa siku tatu atakuwa mwizi." Unatwambia juu ya maumivu ya kuwa na njaa. Hata mtu mwenye nguvu kuliko wote hawezi kufanya lolote kama ana njaa.

Si rahisi kuacha mlo mara kadhaa, na kudhania itakuwaje kama huwezi kula kwa siku moja, mbili au tatu.

Kwanza, unahisi njaa, lakini muda zaidi unapopita, unaumwa na tumbo, na pia unaweza kutokwa na kijasho chembamba. Utaanza kuumwa mwili mzima na kazi za mwili zitaenda chini. Tamaa yako ya chakula itapita kiasi katika hali hii. Ikiendelea, unaweza hata kupoteza maisha yako.

Hata leo, kuna watu ambao hupatwa na njaa kubwa na wako katika vita, ambao hula hata mimea yenye sumu. Kuna wengi wanaoendelea kuishi siku baada ya nyingine kwa kutafuta kitu cha kula katika mapipa ya takataka katika chungu za uchafu.

Lakini, lililo haliwezi kuvumiliika zaidi kulika njaa ni kiu. Inajulikana kawaida kwamba 70% ya mwili wa mwanadamu ni maji. Tukipoteza 2% tu ya maji mwilini, tutakuwa na kiu kali. Tukipoteza 4%, mwili utakuwa dhaifu, na hata tunaweza kupoteza fahamu. Tukipoteza 10%, tunaweza kufa.

Maji ni kipengee muhimu kabisa kwa mwili wa mwanadamu. Kwa sababu ya kiu kali kupita kiasi, watu wengine wanaosafiri kuvuka jangwa chini ya jua kali linalochoma watafuata mazigazi wakidhani wanaona oasisi, na kupoteza maisha yao.

Kwa hivyo, kuwa na njaa na kiu ni jambo la kuumiza kweli,

na hata linaweza kutuua. Basi, kwa nini Mungu anasema kwamba wamebarikiwa wale wenye njaa na kiu ya haki?

Wale Wenye Njaa Na Kiu ya Haki

Haki ni nomino ya kuwa mwenye haki. Kamusi ya The Merriam-Webster Online Dictionary inafasili "mwenye haki" kama "kutenda kulingana na sheria ya kiungu au ya kimaadili: bila hatia au dhambi." Tunaweza kuona watu karibu nasi ambao hutoa hata maisha yao kushika aina ya haki iliyo makosa kati ya marafiki. Pia huilinda dhidi ya mambo ya kijamii yasiyofuata kanuni, wakisisitiza kwamba itikadi yao ndio haki.

Lakini haki ya Mungu ni jambo tofauti. Ni kufuata mapenzi ya Mungu na kutekeleza Neno la Mungu ambaye mwenyewe ndiye wema na kweli yenyewe. Inarejelea kila hatua tunayolazimika kuchukua mpaka turejeshe kikamilifu ule mfano wa Mungu tuliopoteza, na tutakasike.

Wale wenye njaa na kiu ya haki watapendezwa na sheria ya BWANA Mungu na kutafakari katika hiyo usiku na mchana kama ilivyoandikwa katika Zaburi 1:1-2. Ni kwa sababu Neno la Mungu lina mapenzi ya Mungu ni nini, na lina aina za matendo ambayo ni matendo ya haki.

Pia, kama tu ungamo la Mtunzi wa Zaburi, watatamani Neno la Mungu na kulila usiku na mchana. Si kwasabu tu ya kulihifadhi kama ujuzi lakini ili alitekeleze katika maisha yake.

Macho yangu yamefifia kwa kuutamani wokovu wako, na

ahadi ya haki yako (Zaburi 119:123).

Kutangulia mapambazuko naliomba msaada, naliyangojea maneno yako kwa tumaini. Macho yangu yalitangulia makesha ya usiku, ili kuitafakari ahadi yako (Zaburi 119:147-148).

Kama kweli tunajua upendo wa Mungu, tutatamani Neno lake kwa ari, na huko ndiko kuwa na njaa na kiu ya haki. Ni kwa sababu, tunaelewa kwamba Mwana wa Mungu wa pekee, Yesu aliyekuwa hana lawama na doa, alichukua mateso na aibu ya msalaba kwa ajili yetu. Alichukua aibu na mateso ya msalaba ili atukomboe, sisi tuliokuwa wenye dhambi wote, kutoka kwa dhambi zetu na atupatie uzima wa milele.

Tukiamini upendo huu wa msalaba hatuwezi kufanya mengine ila kuishi kwa kufuata Neno la Mungu. Tutawaza, 'Ninawezaje kulipa upendo wa Bwana na kumpendeza Mungu? Ninawezaje kufanya yale atakayo Mungu?' Kama ayala mwenye kiu atafutavyo kijito cha maji, tutatafuta aina ya haki atakayo Mungu.

Kwa hivyo, tutatii kwa bidii tunaposikia Neno, tuache dhambi, na tutekeleze kweli.

Matendo ya Wale Wenye Njaa Na Kiu ya Haki

Kwa uwezo wa Mungu, niliponywa magonjwa mengi sana ambayo madawa hakuweza kuyaponya. Nilipokutana na Mungu kwa njia hii, nilitamani Neno la Mungu aliyenipa maisha mapya.

Ili niweze kusikia mengi zaidi na kuelewa zaidi, nilihudhuria kila mkutano wa uvuvio na kumtafuta Mungu ili nikutane naye kwa ukaribu zaidi.

Nawapenda wale wanipendao, na wale wanitafutao kwa bidii wataniona (Mithali 8:17).

Nilipokuwa ninatambua mapenzi ya Mungu kupitia kwa mahubiri kuhusu kushika Sabato, kutoa mafungu ya kumi kamili, na kwamba tusije mbele za Mungu mikono mitupu (Kutoka 23:15), nilijaribu kutekeleza Neno kwa bidii. Kwa shukrani zangu kwa Mungu aliyeniponya na kuniokoa, nilikuwa na kiu ya kutekeleza Neno la Mungu.

Utaratibu wa kutekeleza haki ya Mungu ulipoanza, nikatambua ya kwamba nilikuwa na chuki moyoni mwangu. Kisha nikafikiri, "Mimi ni nani hata niwe na uwezo wa kuchukia mtu?"

Nilikuwa na chuki dhidi ya wale walioniudhi wakati nilipokuwa mgonjwa kitandani kwa miaka saba, lakini nilipotambua upendo wa Yesu, aliyesulubiwa na kumwaga damu yake na maji kwa ajili yangu, niliomba sana ili nitoe chuki.

Niite, nami nitakuitikia, nami nitakuonyesha mambo makubwa, magumu usiyoyajua (Yeremia 33:3).

Nilipokuwa ninaomba na kufikiri kutoka kwa msimamo mwingi, nikaona kwamba wangeweza kufanya hivyo katika hali zao.

Nilipokuwa nikifikiri jinsi walivyokuwa na huzuni walipokuwa wakitazama hali yangu ya kukosa tumaini, chuki yote ndani yangu iliyeyuka, na nikaanza kupenda mtu wa aina yeyote kutoka kilindi cha moyo wangu.

Pia, nikaendelea kukumbuka Maneno katika Biblia yanayotwambia kwamba kuna mambo fulani lazima 'tuyafanye,' 'tusifanye,' 'tushike,' na 'tuache.' Nikayatekeleza. Nikaandika kila asilia ya dhambi niliyopaswa kuacha katika kijitabu, na nikaanza kuziacha kupitia kwa maombi na kufunga. Nilipohakikisha kwamba nimeiacha, niliikata na kalamu nyekundu. Hatimaye, ilinichukua miaka mitatu kukata asilia zote za dhambi nilizokuwa nimeandika katika kile kijitabu.

1 Yohana 3:9 inasema, "Kila mtu aliyezaliwa na Mungu hatendi dhambi, kwa sababu uzao wake wakaa ndani yake; wala hawezi kutenda dhambi kwa sababu amezaliwa kutokana na Mungu." Tunapokuwa na njaa na kiu ya haki na kutii na kutekeleza Neno la Mungu, huu utakuwa ushahidi kwamba sisi ni wa Mungu.

Kula Mwili Na Kunywa Damu ya Mwana wa Adamu

Jambo la lazima zaidi kwa wale wenye njaa na kiu ni lipi? Kwa kweli, ni chakula cha kushibisha njaa na kinywaji cha kukata kiu. Watakuwa wenye thamani zaidi kuliko jiwe lolote la thamani.

Wafanya biashara wawili waliingia kwenye hema jangwani. Polepole wakaanza kujivuna juu ya vito walivyokuwa navyo. Mhamahamaji mmoja wa Kiarabu aliyekuwa anawatazama akawaambia kisa chake.

Huyu mhamahamaji alikuwa anapenda vito sana wakati huo. Wakati alipokuwa anavuka jangwa, akakutana na dhoruba ya mchanga. Hakuweza kula kwa siku nyingi na akachoka sana. Akaona mkoba na akaufungua. Ulikuwa umejaa luu, ambazo alikuwa anazipenda sana wakati huo.

Je, kwa kweli alikuwa na raha sana kupata lulu alizokuwa anazipenda sana? La hasha, badala yake alivunjika moyo sana. Kitu alichotaka sana wakati huo hakikuwa lulu, bali chakula na maji. Lulu zina maana gani unapokuwa unakufa kwa njaa.

Hivyo ndivyo roho ilivyo. Katika Yohana 6:55, Yesu alisema, "Kwa maana mwili wangu ni chakula cha kweli, na damu yangu ni kinywaji cha kweli." Pia alisema katika Yohana 6:53, "Amin, amin, nawaambieni, Msipoula mwili wake Mwana wa Adamu na kuinywa damu yake, hamna uzima ndani yenu."

Yaani, tunachohitaji kwa ajili ya roho zetu ni kupata maisha ya kiroho na kufurahia baraka za kujazwa kwa kula mwili na kunywa damu ya Yesu.

Hapa, mwili wa Mwana wa Adamu, Yesu, unaashiria Neno la Mungu. Kula mwili wake maanake ni kuchukua na kushika Neno la Mungu lililoandikwa katika vitabu sitini na sita vya Biblia. Kunywa damu ya Yesu ni kuomba kwa imani na kutekeleza Neno tunaposoma, tunaposikia, na tunapojifunza Neno la Mungu.

Utaratibu wa Ukuaji wa Wale Wenye Njaa na Kiu ya Haki

1 Yohana sura ya 2 inatupatia maelezo ya utondoti ya ukuaji katika imani ya kiroho na kutunza uzima wa milele kwa kula mwili na kunywa damu ya Mwana Wa Adamu.

Nawaandikia ninyi, watoto wadogo, kwa sababu mmesamehewa dhambi zenu, kwa ajili ya jina lake. Nawaandikia ninyi, akina baba, kwa sababu mmemjua yeye aliye tangu mwanzo. Nawaandikia ninyi, vijana, kwa sababu mmemshinda yule mwovu. Nimewaandikia ninyi, watoto, kwa sababu mmemjua Baba. Nimewaandikia ninyi, akina baba, kwa sababu mmemjua yeye aliye tangu mwanzo. Nimewaandikia ninyi, vijana, kwa sababu mna nguvu, na neno la Mungu linakaa ndani yenu, nanyi mmemshinda yule mwovu (1 Yohana 2:12-14).

Mtu asiyemjua Mungu anapomkubali Yesu Kristo na kupokea msamaha wa dhambi, hupokea Roho Mtakatifu kisha hupokea haki ya kuitwa mtoto wa Mungu. Maanake ni kwamba amekuwa kama mtoto mchanga aliyezaliwa leo.

Mtoto mchanga anapokua na kuwa mtoto, hujua mapenzi ya Mungu zaidi na zaidi, kama vile mtoto anavyomtambua mamake na babake, lakini hawezi kweli kutekeleza Neno kikamilifu. Ni kama watoto huwapenda wazazi wao, lakini fikira zao hazina kina na hawawezi kuelewa mioyo ya wazazi wao kikamilifu.

Baada ya mtu kupita wakati kama mtoto wa kiroho, huwa kijana katika roho aliyejihami na Neno na maombi. Anajua dhambi ni nini, na hujifunza mapenzi ya Mungu. Vijana wana nguvu, na pia huwa wana maoni yao wenyewe ambayo mara nyingi huwa ya nguvu. Kwa hivyo ni wepesi wa kufanya makosa, lakini wana uhakika na nguvu ya kuwaendesha kupata malengo yao.

Vijana wa roho, wanampenda Mungu na wana imani yenye nguvu, kwa hivyo hawapokei mambo ya ulimwengu yasiyo na maana. Wamejaa Roho, wameweka tumaini lao katika ufalme wa mbinguni, na wanapigana na dhambi wanaposikiliza Neno.

Wana nguvu na ujasiri wa kupinga majaribu. Neno la Mungu linakaa ndani yao, hivyo basi wanaweza kumshinda adui ibilisi na ulimwengu na siku zote washinde vita.

Wanapopita wakati wa ujana na kuwa kama akina baba, huwa wamekomaa. Kupitia uzoefu wao, wanaweza kuwaza juu ya vipengee vyote katika utarativu wa kufanya maamuzi ili waweze kufanya maamuzi halisi katika kila hali. Pia watapata hekima ya kujinyenyekeza mara kwa mara.

Watu wengi husema tunaweza kuelewa moyo wa wazazi baada ya sisi wenyewe kuzaa na kulea watoto peke yake. Vivyo hivyo, ni wakati tu peke yake tunapokuwa akina baba kiroho ndipo tunapoweza kuelewa asili ya Mungu, hivi kwamba tunaweza kuelewa upaji wake na kuwa na imani ya kiwango cha juu zaidi.

Kiroho, baba ni mtu aliye katika kiwango cha kuelewa asili ya Mungu na siri nyingine zote za ulimwengu wa kiroho pamoja na uumbaji wa mbingu na nchi. Kwa sababu anajua moyo na mapenzi ya Mungu, anaweza kutii kiusahihi kulingana na moyo wa Mungu, na kwa hivyo, atapokea upendo na baraka kutoka kwa Mungu. Anaweza kupokea aina zote za baraka zikijumuisha afya, umaarufu, mamlaka, mali na baraka za watoto n.k.

Baraka za Kushibishwa Kiroho

Baada ya kuzaliwa mara ya pili kama watoto wa Mungu, kufikia kiasi kwamba tunakula chakula cha kweli na kinywaji cha kweli, tunaweza kukua katika roho na kuingia katika mkondo wa kiroho. Kina cha mkondo wa kiroho kinapozidi, tunaweza kutawala juu ya adui ibilisi na Shetani kirahisi, na pia tutaweza kuelewa moyo wa ndani wa Mungu Baba.

Tutaweza kuwasiliana na Mungu waziwazi na kuongozwa na Roho Mtakatifu katika mambo yote ili tukaweze kufanikiwa katika mambo yote. Maisha ya kuwasiliana na Mungu kupitia ujazo wa Roho Mtakatifu ni baraka ya kushibishwa kunakopewa wale wenye njaa na kiu ya haki.

Kama ilivyosema katika Mathayo 5:6, "Heri wenye njaa na

kiu ya haki, maana hao watashibishwa," wale wanaopokea baraka ya kushibishwa hawana sababu yoyote ya kukutana na mitihani au majaribu yoyote.

Hata kama kuna vizuizi, Mungu hutujalia kuepukana navyo kupitia kwa mwongozo wa Roho Mtakatifu. Hata tukikutana na mambo magumu, Mungu hutujulisha njia za kutokea. Nafsi yetu inapofanikiwa, mambo yote yatatuendea vizuri, na tutakuwa na afya; tutaongozwa na kufikia ufanisi katika mambo yote, ili midomo yetu ijae shuhuda.

Tukiongozwa na Roho Mtakatifu namna hii, tutapokea nguvu za kutambua dhambi na uovu kirahisi na kuziacha, na kwa hivyo, tunaweza kukimbilia utakaso. Katika utaratibu wa kutakasika katika maisha yetu ya Kikristo wakati mwingine si rahisi kupata mambo ambayo yako ndani sana ya mioyo yetu makosa madogo madogo.

Katika hali hii, Roho Mtakatifu akiangaza nuru yake juu yetu, tunaweza kutambua kile ambacho ni lazima tufanye na tupate. Basi hapo tunaweza kuingia katika viwango vya juu vya imani.

Pia, ingawa hatutekelezi mambo yasiyokuwa kweli ya kutenda dhambi, tunaweza kukosa kutambua ni njia gani inayompendeza Mungu zaidi katika hali mbalimbali. Katika visa hivi, tukitambua kile kinachompendeza Mungu zaidi kwa kazi za Roho Mtakatifu na tukifanye, nafsi yetu itafanikiwa hata zaidi.

Umuhimu wa Chakula cha Kweli na Kinywaji cha Kweli

Mwamini mmoja alivunjika moyo kwa kuwa na deni la mamia maelfu ya madola. Lakini wakati huo alitaka kwenda mbele za Mungu na kumshikilia yeye. Akiamini kwamba alikuwa ameshikilia tumaini la mwisho, akaanza kuomba na kusikiliza Neno la Mungu na moyo wa kutamani.

Akasikiliza kanda za mahubiri juu akiwa njiani kwenda kazini na akasoma angalau sura moja ya Biblia na kushika kwa kichwa kifungu kimoja cha Biblia kila siku. Kwa hivyo akakumbushwa juu ya Neno la Mungu kila wakati wa siku yake na akaweza kulifuata.

Lakini haimaanishi kwamba lango la baraka lilifunguka mara moja. Alipotafuta mapenzi ya Mungu kwa ari na kuomba kwa moto, imani yake ikakua. Nafsi yake ikafanikiwa, na baraka zikaanza kuja juu ya biashara yake. Punde, aliweza kulipa deni lake la mamia maelfu ya madola aliyodaiwa. Fungu lake la kumi leo linaendelea kuongezeka.

Vivyo hivyo, tukiwa na njaa na kiu ya haki kweli, kama tu wale wenye njaa na kiu wanavyotafuta chakula na maji, tutakamilisha haki. Kama matokeo, tutapokea baraka za afya na mali. Tutapokea ujazo na msukumo wa Roho Mtakatifu na tuwe na mawasiliano na Mungu. Tutaweza kukamilisha ufalme wa Mungu kufikia kiwango cha juu cha ujazo.

'Kila siku ninamfikiria Mungu kwa kiasi gani, na ni kwa

kiasi gani ninasoma na kutafakari Neno lake.

'Ninaomba kwa ari ya namna gani na ninajaribu kutekeleza Neno la Mungu kwa ari gani?

Natujichunguze namna hii, na tuwe na njaa na kiu ya haki mpaka Bwana arudi, ili tuweze kupokea baraka ya kushibishwa kiroho na Mungu Baba.

Hapo, tutaweza kuwasiliana na Mungu kwa kina na tuongozwe katika njia ya maisha ya ufanisi, na la muhimu zaidi, tutafika mahali pa utukufu katika ufalme wa mbinguni.

Sura ya 5
Baraka ya Tano

Heri Wenye Rehema, maana Hao Watapata Rehema.

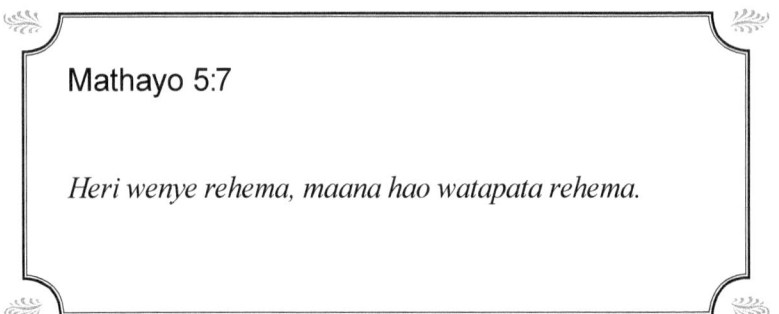

Mathayo 5:7

Heri wenye rehema, maana hao watapata rehema.

Jean Valjean katika Les Misérables alikuwa jela kwa miaka kumi na tisa kwa kuiba mkate tu. Baada ya kuachiliwa, kasisi mmoja akampa chakula na malazi, lakini akaiba kinara cha mataa cha fedha kutoka kwake na akatoroka. Akashikwa na polisi na akaletwa kwa huyo kasisi.

Yule kasisi akasema alikuwa amempatia Jean Vaijean ili kimwokoe. Kwa kumwuliza Vaijean, "Kwa nini hukuchukua kisahani?" alimfanya yule kachero asiwe na tashwishi yoyote.

Kupitia kisa hiki, Jean Vaijean alijifunza kuhusu upendo wa kweli na msamaha, na akaanza kuishi maisha mapya. Lakini kachero Javert akamfuata Vaejean na kumtaabisha maisha yake yote. Baadaye, Vaejean alimwokoa huyo kachero asipigwe risasi na kufa. Alisema, "Kuna mambo mengi ambayo ni mapana kama vile bahari, dunia, na mbingu, lakini msamaha ni kitu kipana zaidi ya hivyo."

Kuwa na Huruma na Wengine

Tukiwasamehe wengine kwa huruma, tunaweza kuigusa mioyo yao na mioyo yao inaweza kubadilika. Maana ya huruma ni nini?

Ni aina ya moyo wa kusamehe kutoka moyoni na kuomba na kutoa ushauri kwa upendo kwa mtu, hata ingawa anatenda dhambi au anatupatia shida moja kwa moja. Ni sawa na wema unaopatikana katika matunda tisa ya Roho Mtakatifu katika Wagalatia sura ya 5, lakini iko ndani zaidi.

Wema ni moyo wa kufuata wema peke yake bila kuwa na

uovu wowote, na unaonekana wazi wazi kupitia kwa moyo wa Yesu ambaye hakuteta wala kupaza sauti.

Hatateta wala hatapaza sauti yake; wala mtu hatasikia sauti yake njiani. Mwanzi uliopondeka hatauvunja, wala utambi utokao moshi hatauzima, hata ailetapo hukumu ikashinda (Mathayo 12:19-20).

Kutovunja mwanzi uliopondeka maanake ni kwamba hata kama mtu anafanya uovu, Bwana hamwadhibu mara moja lakini anamvumilia mpaka apokee wokovu. Kwa mfano, Yesu alijua kwamba Yuda Iskariote alikuwa baadaye atamwuza, lakini alimshauri kwa upendo na akajaribu kumfanya aelewe mpaka mwisho.

Pia, kutozima utambi utoao moshi maanake ni kwamba Mungu haachi watoto wake mara moja, hata kama hawaishi kwa kufuata kweli. Hata ingawa tunaweza kufanya dhambi kwa kuwa hatuko wakamilifu, Mungu hutupatia utambuzi kwa kupitia Roho Mtakatifu na hutuvumilia mpaka mwisho ili tuweze kubadilika kupitia kwa hiyo kweli.

'Huruma' ni kuelewa, kusamehe, na kuongoza wengine katika njia ya haki na moyo huo wa Bwana, hata ingawa wanatufanyia uovu bila sababu yeyote. Si kufikiri kutoka msimamo wetu wenyewe, kufuata manufaa yetu wenyewe lakini kufikiri kutoka kwa msimamo wa wengine, ili tuweze kuwaelewa wengine na tuwaonyeshe huruma.

Yesu Aliwasamehe Wazinifu

Katika Yohana sura ya 8, Mafarisayo na waandishi walimletea Yesu mwanamke aliyeshikwa katika kitendo cha kuzini. Ili wamjaribu, walimwuliza swali.

"Basi katika torati, Musa alituamuru kuwapiga kwa mawe wanawake namna hii; nawe wasemaje?"(kif.8) Hebu fikiri hali hii. Mwanamke aliyekuwa amezini lazima awe alikuwa anatetemeka na aivu ya dhambi yake ikifunuliwa mbele ya kila mtu na hofu ya kifo.

Wale waandishi na Mafarisayo wakiwa wamejaa nia mbovu hawakumwangalia yule mwanamke aliyekuwa amejaa hofu. Badala yake walikuwa wanajivuna kwamba wamepata nafasi ya kumtega Yesu. Baadhi ya watu waliokuwa wakitazama mandhari hayo yumkini walikuwa wameokota mawe tayari katika kumhukumu kulingana na sheria.

Yesu alifanya nini? Akainama chini polepole na akaandika chini mchangani kwa kidole chake. Aliandika majina ya dhambi zilizofanywa sana na wale waliokuwa pale. Kisha, akasimama na kusema, "Yeye asiye na dhambi miongoni mwenu na awe wa kwanza wa kumtupia jiwe" (kif. 7)

Wayahudi walikumbushwa dhambi zao na wakasikia aibu, na wakaondoka mahali pale mmoja mmoja. Hatimaye, akabaki Yesu na huyo mwanamke peke yao. Yesu akamsamehe huyo mwanamke na akasema, "Wala mimi sikuhukumu. Enenda zako. Wala usitende dhambi tena " (kif. 11). Ni lazima kwamba mwanamke huyu hakuweza kusahau jambo hili maisha yake yote yaliyosalia. Yumkini hakuweza kufanya dhambi tena tangu wakati huo.

Vivyo hivyo, huruma zinaweza kuonyeshwa katika aina tofauti, na inaweza kuwekwa katika makundi ya huruma ya msamaha, huruma ya adhabu, na huruma ya wokovu.

Huruma ya Wokovu Isiyokuwa na Mipaka

Wale waliomkubali Yesu Kristo kama Mwokozi wao tayari wamepokea huruma kubwa kutoka kwa Mungu. Bila huruma ya Mungu, tutaanguka katika jehanamu kwa sababu ya dhambi zetu na tuteseke milele.

Lakini Yesu alimwaga damu yake msalabani ili awakomboe wanadamu kutoka kwa dhambi zao, na tunapoiamini, tunaweza kusamehewa bila gharama na tunaweza kuokolewa: hii ni huruma ya Mungu.

Hata sasa, tukiwa na moyo wa wazazi wanaongojea kwa wasiwasi watoto wao walioondoka nyumbani, Mungu anangojea kwa wasiwasi nafsi nyingi zisizo na hesaba zije mbele na kuingia katika njia ya wokovu.

Pia, hata kama mtu akimwudhi Mungu sana, akitubu tu na moyo wa kweli na kurudi, Mungu hamkemei na kusema, "Kwa nini umeniudhi namna hii? Kwa nini umefanya dhambi nyingi namna hii?" Mungu humkubali tu kwa upendo.

"Haya, njoni, tusemezane," Asema BWANA, Dhambi zenu zijapokuwa nyekundu sana, zitakuwa nyeupe kama theluji;

zijapokuwa nyekundu kama bendera, zitakuwa kama sufu (Isaya 1:18).

Kama mashariki ilivyo mbali na magharibi, ndivyo alivyoweka dhambi zetu mbali nasi (Zaburi 103:12).

Hapo awali mtu alipofanya kosa, akitubu na kugeuka, wenye huruma hawatakumbuka makosa yake ya zamani, wakisema, 'Alifanya kosa kubwa kama hili awali.' Hawatajitenga naye wala kumchukia bali watamsamehe tu basi. Watamhimiza na kumsaidia kufanya vizuri.

Mfano wa Mtumishi Aliyesamehewa Talanta Elfu Kumi

Siku moja Petro alimwuliza Yesu kuhusu msamaha. "Bwana, ndugu yangu anikose mara ngapi nami nimsamehe? Hata mara saba?" (Mathayo 18:21). Petro aliona kwamba ni ukarimu kweli kusamehe hadi mara saba. Yesu akajibu, "Sikuambii hata mara saba, bali hata saba mara sabini." (Mathayo 18:22).

Hii haimaanishi kwamba tunapaswa kusamehe sabini mara saba, yaani mara 490. Saba ni nambari ya ukamilifu. 'Sabini mara saba' maanake ni kwamba ni lazima tusamehe bila mipaka na kikamilifu. Kisha kwa mfano, Yesu akafundisha kuhusu rehema na msamaha.

Mfalme mmoja alikuwa na watumishi wengi. Mfalme huyo

alikuwa anamdai mmoja wa wale watumishi talanta elfu kumi, lakini hakuweza kulipa. Talanta moja wakati huo ilikuwa dinari 6,000. Ni sawasawa na mshahara wa siku 6,000. Hiyo ni kama mshahara wa kibarua wa kawaida wa kama miaka kumi na sita.

Tuseme mshahara wa kibarua wa siku moja ni won 50,000, au kama dola 50 za Marekani. Basi, talanta moja ni pesa nyingi kama won 300,000,000 au takribani dola 300,000 za Marekani. Basi talanta elfu kumi ni won trilioni 3 au dola bilioni 3 za Marekani. Mtumishi angepata wapi kiasi hicho cha pesa?

Mfalme akamwambia amwuze mkewe, watoto wake, na mali zake zote ili aweze kulipa hilo deni. Mtumishi akaanguka chini akamsihi huyo mfalme akasema, "Bwana, nivumilie, nami nitakulipa yote pia" (kif. 26). Mfalme akamhurumia, akamfungua, akamsamehe ile deni.

Huyu mtumishi aliyekuwa amesamehewa deni la kiasi kikubwa kama hicho akakutana na mmoja kati ya watumishi wenzake aliyemdai dinari 100. Dinari ilikuwa sarafu ya Ufalme wa Rumi na ilikuwa mshahara wa kibarua wa siku moja. Tukichukua mshahara wa siku moja kuwa won 50,000, jumla ya deni alilodaiwa huyu mtumishi lilikuwa kama won milioni 5 tu, au kama dola 5,000 za Marekani. Kwa kweli ni kiasi kidogo sana kikilinganishwa na talanta elfu kumi.

Lakini yule mtumishi aliyesamehewa deni lake akamshika koo yule mwenzake, akisema, 'Nilipe deni langu.' Ingawa yule mtu alimwomba amhurumie, yeye alimtia gerezani.

Mfalme alipojua jambo hilo, alikasirika na kusema, "Ewe

mtumwa mwovu, nalikusamehe wewe deni ile yote, uliponisihi. Nawe, je! Haikukupasa kumrehemu mjoli wako, kama mimi nilivyokurehemu wewe?" na akamtia gerezani (Mathayo 18:32-33).

Ndivyo ilivyo wetu sisi pia. Sisi tuliokuwa tumepangiwa kwenda katika njia ya mauti kwa sababu ya dhambi tulisamehewa dhambi zetu bila gharama yoyote, kwa upendo wa Yesu Kristo tu. Lakini kama hatutasamehe makosa madogo ya watu wengine na tuwahukumu na kuwahesabia hatia, huo ni uovu ulioje!

Kuwa na Moyo Mkuu wa Kusamehe Wengine

Hata kama tunaweza kupata hasara kwa sababu ya wengine, hatupaswi kuwachukia au kujiepusha nao, bali kuwaelewa na kuwakubali. Kwa njia hii tunaweza kuwa na moyo mkuu wa kukubali watu wengi.

Tukiwa na huruma, hatutachukia mtu yeyote wala kisasi dhidi ya mtu yeyote. Hata kama mtu mwingine amefanya makosa machoni pa Mungu, badala ya kumwadhibu kwanza, tunapaswa kumshauri kwa upendo kwanza.

Pia, watu wengine wanapowashauri wengine huwa hawasikii vizuri kuhusu yale waliyofanya na huudhika wanapotoa huo ushauri. Wasione kwamba wanatoa huo ushauri kwa upendo. Hata wakinukuu kutoka kwa Neno la kweli, kama hawatafanya hivyo kwa upendo, hawawezi kupokea kazi zozote za Roho

Mtakatifu. Kwa hivyo, hawawezi kuibadilisha hiyo mioyo ya wengine.

Hata viongozi wanapowafanyia makosa wafanyakazi wa chini, 1 Petro 2:18 inasema, "Enyi watumishi, watiini bwana zenu kwa hofu nyingi, sio wao walio wema na wenye upole tu, bali nao walio wakali." Kwa hivyo, ni lazima tutii na kuwafuata kwa unyenyekevu na kuwaombea kwa upendo.

Pia, wafanyakazi wa chini wanapowafanyia makosa viongozi wao, viongozi hawapaswi tu kuwakemea mara moja au kuwaacha tu ili wasivuruge amani wakati huo. Ni lazima waweze kuwafundisha kwa kutumia Neno ili wawafanye waelewe kisahihi. Hii pia ni aina ya huruma.

Viongozi wanapowatunza wafanyakazi wa chini kwa upendo na huruma na kuwaongoza kwa wema, wanaweza kuwa imara. Pia, viongozi watakuwa na ya kutuzwa kwa sababu walifanya wajibu wao wa kuwaongoza na kuwasimamia wale waliowekwa mikononi mwao.

Hata tukutane na hali gani, tunapaswa tuweze kuelewa mtazamo wa wale wengine. Ni lazima tuwaombee na kuwashauri kwa upendo, na pamoja na huo tunaweza kutoa hata maisha yetu. Tunapokuwa na aina hii ya upendo, tunaweza kulazimika hata kuadhibu wale wanaoenda katika njia mbaya kama inavyotulazimu kuwaongoza na kuwaleta katika kweli.

Huruma katika Adhabu Iliyo na Upendo

Huku kukiwa na huruma ya msamaha, pia kuna huruma ya adhabu. Huu ni wakati ambapo huruma inaonyeshwa katika umbo la adhabu kulingana na hali. Huruma ya adhabu haifanywi na chuki yoyote au kuhesabia hatia. Asili yake ni upendo.

Maana yeye ambaye Bwana ampenda, humrudi, Naye humpiga kila mwana amkubaliye. Ni kwa ajili ya kurudiwa mwastahimili; Mungu awatendea kama wana; maana ni mwana yupi asiyerudiwa na babaye? Basi kama mkiwa hamna kurudiwa, ambako ni fungu la wote, ndipo mmekuwa wana wa haramu ninyi, wala si wana wa halali (Waebrania 12:6-8).

Mungu huwapenda watoto wake, na ndiyo sababu wakati mwingine adhabu zinaruhusiwa kwao. Kwa njia hiyo, Mungu huwasaidia kuacha dhambi na kufanya mambo kulingana na kweli.

Tuseme watoto wako waibe kitu. Kwa sababu kusahihisha watoto wao ni upendo, yumkini si wazazi wengi wanaoweza kuwapiga watoto wao na ufito kwa kosa la kwanza. Wakitubu na machozi na kutoka moyoni, wazazi yumkini watawakumbatia kwa upendo na waseme, "Wakati huu nitakusamehe. Lakini usithubutu kufanya hivi tena."

Lakini watoto wakisema wanajuta na hawatafanya tena,

lakini kwa matendo warudie jambo hilo hilo, basi, wazazi wanapaswa kufanya nini?

Ni lazima wafanye wawezavyo wawashauri. Kama hawatasikia, hata ingawa inawezakuwa inahuzunisha, wazazi lazima watumie ufito na wawapige, ili waweze kulishika hili mioyoni mwao. Kwa sababu wazazi wanawapenda watoto wao, huwaadhibu ili waweze kugeuka kabla hawajaanza kuingia katika njia ambayo kwa kweli ni mbaya.

Watoto Wanapofanya Dhambi

Mwizi aliyekuwa amesimama kotini aliomba mamlaka wamruhusu amwone mamake kabla ya kesi. Alipokutana na mamake, akalia kwa sauti akasema mama ndiye alimfanya akawa mwizi. Akasema alikuwa mwizi kwa sababu mamake hakumwadhibu alipoiba mara ya kwanza katika utoto wake.

Wanapoulizwa kwa nini hawawaadhibu watoto wao wanaofanya makosa, wazazi wengi watasema kwamba ni kwa sababu wanawapenda watoto wao. Lakini Mithali 13:24 inasema, "Yeye asiyetumia fimbo yake humchukia mwanawe, bali yeye ampendaye humrudi mapema."

Tukiwaza tu juu ya watoto wetu, 'Oo, mwanangu nakupenda,' basi hata makosa wanayofanya yataonekana kuwa ya kupendeza. Kwa sababu ya aina hii ya upendo wa kimwili, watu wengi hawachanganui kati ya mema na mabaya, na hufanya maamuzi mabaya.

Pia, hata watoto wanapoendelea kufanya mambo yasiyofaa, wazazi hawawarekebishi, bali huwakubali tu. Kisha, tabia ya watoto huendelea kupotoka na kuongozwa vibaya.

Kwa mfano, katika 1 Samweli sura ya 2, tunawaona wana wawili wa kuhani Eli, Hofni na Finehasi walilala na wanawake waliotumika katika lango la hema la kukutania. Lakini Eli aliwaambia tu, "Sivyo hivyo, wanangu, kwa maana habari hii ninayoisikia si habari njema; mnawakosesha watu wa BWAMA" (kif.24). Wale wana wawili waliendelea tu kutenda dhambi na wakafa kifo kibaya.

Kama kuhani Eli angekuwa amewaonya vikali na wakati mwingine kuwakemea kama ilivyotakiwa mwenendo wa kuhani, hawangekuwa wameenda katika njia mbaya kiasi hicho. Walifikia mahali ambapo hawangeweza kugeuka kwa sababu baba yao hakuwalea vizuri katika njia ya haki.

Lakini hata katika aina moja ya adhabu, kama haina upendo, hatuwezi kusema ni huruma. Tuseme mtoto wa mmoja wa majirani zako alikuibia kitu fulani. Basi, ungefanya nini?

Wale wenye wama watamwonea huruma na wamsamehe kama huyo mtoto anaomba msamaha kutoka moyoni. Lakini wale ambao hawana wema watamkasirikia mtoto na wamkaripie, au hata akiomba msamaha, bado watataka aadhibiwe. Au, wanaweza kuyafunua haya na kuyaeneza kwa watu wengi, au kuyakumbuka kwa muda mrefu na kuendeleza ubaguzi dhidi ya huyo mtoto.

Aina hii ya adhabu hutoka kwa chuki, na kwa hivyo si huruma. Haiwezi kumbadilisha huyo mtu mwingine. Tunapoadhibu, ni lazima tumwadhibu huyo mtu kwa upendo tukiangalia msimamo wake na siku zake za usoni ili tuifanye kuwa adhabu ya huruma.

Ndugu katika Imani Wanapofanya Dhambi

Ndugu katika imani anapofanya dhambi, Biblia inatuambia kwa utondoti jinsi ya kumshughulikia.

Na ndugu yako akikukosa, enenda ukamwonye, wewe na yeye peke yenu; akikusikia, umempata nduguyo. La, kama hasikii, chukua pamoja nawe tena mtu mmoja au wawili, ili kwa vinywa vya mashahidi wawili au watatu kila neno lithibitike. Na asipowasikiliza wao, liambie kanisa; na asipolisikiliza kanisa pia, na awe kwako kama mtu wa mataifa na mtoza ushuru (Mathayo 18:15-17).

Tunapomwona ndugu katika imani akifanya dhambi, hatupaswi kuvieneza kwa wengine. Kwanza, ni lazima tuzungumze naye binafsi ili aweze kugeuka. Kama hatasikiliza, tunapaswa kuzungumza pamoja na wale walio juu katika kundi lake ili aweze kugeuka.

Kama bado hasikilizi, ni lazima tuambie mamlaka ya kanisa yamwongoze katika njia ya wokovu. Kama bado hasikilizi mamlaka ya kanisa, basi, Biblia inatuambia tumchukulie kama mtu asiyeamini. Hatupaswi kumhukumu au kumhesabia hatia hata mtu aliyefanya dhambi ya kifo. Ni wakati tunapoonyesha upendo na huruma peke yake ndipo tunapoweza pia kupokea huruma kutoka kwa Mungu.

Huruma katika Kazi za Fadhila

Ni jambo la wazi kwa watoto wa Mungu kuwatunza wahitaji na kuwaonyesha huruma. Ndugu katika imani wanapoteseka, tukisema tu pole bila kuonyesha matendo, basi, hatuwezi kusemwa kwamba tuna huruma. Huruma katika kazi za fadhila machoni pa Mungu ni kugawanya kile tulicho nacho na ndugu wahitaji.

Yakobo 2:15-16 inasema, "Ikiwa ndugu mwanamume au ndugu mwanamke yu uchi na kupungukiwa na riziki, na mtu wa kwenu akawaambia, Enendeni zenu kwa amani, mkaote moto na kushiba, lakini asiwape mahitaji ya mwili, yafaa nini?"

Wengine wanaweza kusema, "Kwa kweli nataka kusaidia, lakini kitu cha chochote cha kuwasaidia nacho." Lakini ni wazazi gani wangewaangalia tu watoto wao wakifa njaa, kwa sababu tu ati wana ugumu wa kifedha? Vivyo hivyo, tunapaswa tuchukue hatua kwa ajili ya ndugu zetu kwa njia ileile tungewafanyia watoto wetu wenyewe.

Wale Wanaoadhibiwa Kwa Sababu ya Dhambi Zao

Tunapoonyesha huruma na kuwasaidia wahitaji, ni lazima tukumbuke jambo moja. Ni ukweli kwamba tusiwasaidie wale walio katika ugumu kwa sababu ya dhambi zao dhidi ya Mungu. Tukifanya hivyo tutasababisha matatizo yatujie sisi wenyewe.

Wakati wa utawala wa Mfalme Yeroboamu katika ufalme wa Israeli, kulikuwa na nabii aliyeitwa Yona. Katika kitabu cha Yona, tunaona watu waliokuwa katika hali ngumu pamoja na nabii Yona aliyekosa kumtii Mungu.

Siku moja Mungu alimwambia Yona aende mji wa Ninawi, ambao ulikuwa mji mkuu wa nchi iliyokuwa adui ya Israeli, akatangaze onyo la Mungu. Ilikuwa kwamba mji wa Ninawi ulikuwa umejaa dhambi na Mungu angeuangamiza.

Yona alijua kwamba, kama watu wa Ninawi watatubu baada ya kusikia onyo la Mungu, wangeepuka hayo maangamizi. Aliujua moyo wa Mungu mwenye rehema zisizokuwa na mipaka na yeye ni upendo wenyewe. Basi ilikuwa kama kuisaidia Ashuru, adui wa Israeli. Basi, Yona akakataa kutii Neno la Mungu na akapanda meli iliyokuwa ikienda Tarshishi.

Basi, Mungu akatuma dhoruba kubwa, na watu kwenye hiyo wakatupa mizigo yote waliyokuwa nayo ndani ya meli na wakapata hasara kubwa. Hatimaye wakajua kwamba yote yalifanyika kwa sababu ya Yona aliyekosa kumtii Mungu. Walijua kwamba ile dhoruba ingekoma kama wangemtupa Yona nje baharini kama Yona alivyowaambia, lakini kwa humhurumia Yona hawakufanya hivyo. Waliteseka pamoja naye mpaka wakamtupa baharini.

Tukichukua mfano huu kama funzo, tunapoonyesha huruma zetu lazima tuwe na hekima. Ni lazima tuelewe kwamba tukisaidia wale walio katika shida kwa sababu ya adhabu ya Mungu, tutaingia katika matatizo yale yale.

Pia, katika kisa tofauti, kama mtu ana afya lakini awe hafanyi kazi kwa sababu ni mvivu tu, si haki kumsaidia mtu kama huyo. Ni sawa na wale wenye tabia ya kuombaomba, hata ingawa pia wanaweza kufanya kazi.

Kuwasaidia watu hawa ni kuwafanya wawe wavivu zaidi na wasiweze lolote. Tukionyesha huruma isiyokuwa haki machoni pa Mungu, itaziba baraka zetu zisitufikie.

Kwa hivyo, tusisaidie kila mtu aliye taabani bila masharti. Ni lazima tuchanganue kila kisa ili sisi wenyewe tusikabiliwe na shida baada ya kusaidia wengine.

Onyesha Huruma kwa Wasioamini

Hapa, jambo moja muhimu ni kwamba tunapaswa kuonyesha huruma zetu si kwa ndungu katika imani tu peke yao bali pia kwa wasioamini.

Watu wengi wanataka kuwa na urafiki na wengine wenye mali na umaarufu, lakini huwadharau wale walioshindwa katika maisha yao na hawataki kuwa karibu nao. Wanaweza kuwasaidia watu kama hao mara kadhaa kwa sababu ya urafiki wa awali, lakini hawataendelea. Lakini tusimdharau mtu yeyote wala kumbeza. Ni lazima tuwaone wengine kuwa bora kuliko sisi na kila mtu tumchukulie kwa upendo.

Kuna watu wengine ambao kwa kweli wana mioyo ya huruma inayoheshimu shida za watu wengine. Kuna watu wengine wanasitasita kusaidia wengine kwa sababu ya macho ya watu wengine. Mungu huangalia mioyo ya ndani ya wanadamu. Anasema kwamba huruma ni kusaidia kwa upendo wa kweli, na wale wanaoonyesha huruma ya kweli atawabariki.

Baraka juu ya Wale Walio na Huruma

Baraka za Mungu zinazopewa wale walio na huruma ni zipi? Mathayo 5:7 inasema, "Heri wenye rehema, maana hao watapata rehema."

Kama tunaweza kusamehe na kuonyesha huruma hata kwa wale wanaotutesa na kutuletea uharibifu, Mungu atatuonyesha huruma na atupatie nafasi ya kusamehewa hata tunaposababisha uharibifu ufanyike kwa wengine kwa bahati mbaya.

Sala ya Bwana inasema, "Utusamehe deni zetu, kama sisi nasi tuwasamehevyo wadeni wetu" (Mathayo 6:12). Tunafungua njia ya kupokea huruma kutoka kwa Mungu kwa kuwaonyesha wengine huruma.

Wakati wa kanisa la kwanza, kulikuwa na mwanafunzi mmoja aliyeitwa Tabitha (Matendo 9:36-42). Waamini kule

Yerusalemu walisambaa mahali pengi kwa sababu ya mateso makali. Baadhi yao walienda kukaa katika mji wa bandari wa Yafa. Mji huu ulikuwa mmoja wa senta za Wakristo, ambako Tabitha alikuwa anaishi. Aliwasaidia wale waliokuwa maskini na wahitaji. Lakini siku moja akawa mgonjwa na akafa.

Wale waliokuwa wamepokea msaada kutoka kwake wakatuma watu kwenda kwa Petro wamwombe amfufue. Walionyesha kanzu na nguo zote alizokuwa akitengeneza alipokuwa pamoja nao, wakisema kuhusu mambo mema yote aliyokuwa amewafanyia.

Hatimaye, akaona kazi ya Mungu ya kushangaza kwa kufufuliwa kupitia kwa maombi ya Petro. Alipokea baraka za maisha yake kuongezwa kwa huruma za Mungu.

Pia, tunapokuwa na huruma juu ya wale walio maskini na wagonjwa, Mungu hutupatia baraka ya kuwa na afya na mali.

Kwa sababu ya umaskini na magonjwa ambayo sikuyaona mwisho wake, nililazimika kupitia nyakati ngumu katika ujana wangu. Hata hivyo kupitia wakati ule, nilielewa moyo wa wale wanaopitia shida.

Kwa zaidi ya miaka thelathini kuanzia wakati nilipoponywa magonjwa yangu yote kwa uwezo wa Mungu, nimeishi bila magonjwa na bila maradhi yoyote. Lakini siwezi kupoteza huruma za upendo nilizo nazo kwa wale wanaoteseka kwa magonjwa na umaskini, na wale waliopuuzwa na kuachwa.

Kwa hivyo nilitaka kuwasaidia wahitaji kabla na hata baada ya kufungua kanisa. Sikufikiri, "Nitawasaidia nitakapokuwa tajiri." Niliwasaidia wengine tu iwe kwa kiasi kikubwa au kidogo.

Mungu alipendezwa na tendo hili, na akanibariki sana hivi kwamba ninaweza kumtolea Mungu kwa wingi kwa ajili ya misheni ya ulimwengu na kwa kukamilisha ufalme wa Mungu. Nilipopanda mbegu ya huruma kwa wengine, Mungu alinifanya nivune mavuno mengi.

Tukionyesha huruma kwa wengine, Mungu pia atatusamehe makosa yetu. Atatujaza ili tusikose kitu, na atageuza udhaifu uwe afya. Hii ndiyo huruma ambayo tunaweza kupokea kutoka kwa Mungu tunapokuwa na huruma na wengine.

Yohana 13:34 inasema, "Amri mpya nawapa, Mpendane. Kama vile nilivyowapenda ninyi, nanyi mpendane vivyo hivyo." Kama ilivyosemwa, natuwape watu wengi faraja na maisha na harufu nzuri ya huruma, ili tufurahie uzima mwingi katika baraka za Mungu.

Sura ya 6
Baraka ya Sita

Heri Wenye Moyo Safi, maana Hao Watamwona Mungu.

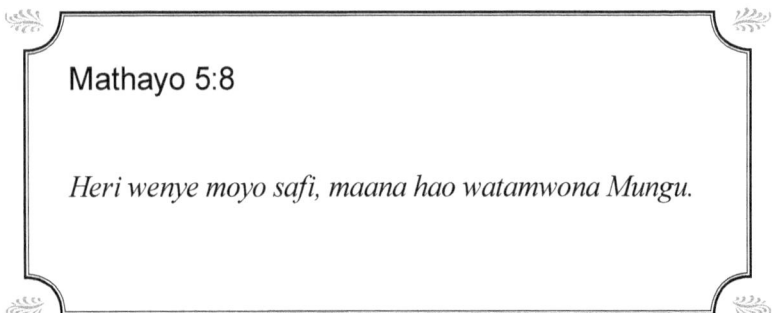

Mathayo 5:8

Heri wenye moyo safi, maana hao watamwona Mungu.

"Jambo la kwanza nililohisi nilipotua mwezini ni uumbaji wa Mungu na uwepo wa Mungu wenye utukufu."

Hilo ni tamko lililofanywa na James Irwin, aliyeenda mwezini katika Apolo 15, mwaka wa 1971. Nukuu hii ilikuwa maarufu sana, na ikagusa watu wengi ulimwenguni kote. Alipokuwa akitoa mhadhara kule Hungary, mwanafunzi mmoja alimwuliza.

"Hakuna mwanaanga hata mmoja wa Usovieti aliyesema kwamba alimwona Mungu katika ulimwengu, kwa nini unasema ulimwona Mungu katika ulimwengu na ukasifu utukufu wake?"

Jibu la Irwin lilikuwa wazi sana kwa kila mtu hata halikuweza kupingika. "Wale wenye moyo safi watamwona Mungu!" Alikaa juu ya mwezi kwa masaa 18, na inasemekana kwamba alikariri Zaburi 8 akiona dunia na ulimwengu alioumba Mungu.

"Ee BWANA, BWANA wetu,
Jinsi lilivyo tukufu jina lako duniani mwote,
Wewe umeuweka
utukufu wako mbinguni...
Nikiziangalia mbingu zako,
kazi ya vidole vyako,
Mwezi na nyota,
ulizoziratibisha...
"Ee BWANA, BWANA wetu,
Jinsi lilivyo tukufu jina lako duniani mwote!"

Wenye Moyo Safi mbele za Mungu

Kamusi ya The Merriam-Webster Online Dictionary inafasili "safi" kama "isiyochanganywa na vitu vingine, au isiyokuwa na vumbi, uchafu, au unajisi mwingine." Katika Biblia, maanake ni lazima tutende mambo katika njia takatifu si kwa nje peke yake na ujuzi na elimu, bali pia ni lazima tuwe moyo mtakatifu na uliotakasika.

Katika Mathayo 15, Yesu alipokuwa akifundisha kule Galilaya, waandishi na Mafarisayo walikuja kutoka Yerusalemu.

Waandishi na Mafarisayo ndio waliowafundisha watu Sheria kiweledi, na walishika Sheria vikali. Pia walishika mapokeo ya wazee, ambayo yalikuwa kanuni za utondoti kuhusu jinsi ya kushika Sheria. Mapokeo haya yamepokezwa katika vizazi vyote.

Kwa sababu walijizoeza kuwa na kiasi kikubwa na kuishi maisha ya kujinyima sana, walidhani kwamba ni watakatifu. Lakini mioyo yao ilikuwa imejaa uovu. Walipoudhiwa na Neno la Yesu, walijaribu kumwua,

Moja wapo ya mapokeo ya wazee yaliyotengenezwa na waandishi na Mafarisayo lilisema kwamba ilikuwa najisi kula na mikono isiyooshwa.

Na wakawaona wanafunzi wa Yesu wakila na mikono isiyooshwa, na katika kupinga hili wakamwuliza Yesu swali.

Wakamwuliza Yesu, "Mbona wanafunzi wako huyahalifu mapokeo ya wazee?" (kif. 2) Kisha Yesu akasema, "Sicho kiingiacho kinywani kimtiacho mtu unajisi; bali kitokacho kinywani ndicho kimtiacho mtu unajisi" (kif. 11).

Bali vitokavyo kinywani vyatoka moyoni; navyo ndivyo vimtiavyo mtu unajisi. Kwa maana moyoni hutoka mawazo mabaya, uuaji, uzinzi, uasherati; wivi, ushuhuda wa uongo, na matukano. Hayo ndiyo yamtiayo mtu unajisi; lakini kula kabla hajanawa mikono hakumtii mtu unajisi (Mathayo 15:18-20).

Yesu pia aliwakemea akisema walikuwa makaburi yaliyopakwa chokaa (Mathayo 23:27). Kule Israeli kawaida walitumia pango kama kaburi. Kawaida walipaka chokaa lango la kaburi.

Lakini kaburi ni mahali pa wafu, na hata tulirembeshe namna gani, ndani yake bado mmejaa kuoza na harufu mbaya. Yesu aliwafananisha waandishi na Mafarisayo na makaburi yaliyopakwa chokaa kwa sababu kwa nje walikuwa wanafanya matakatifu lakini mioyo yao ilikuwa imejaa uovu na dhambi mbalimbali.

Mungu anatutaka tuwe wazuri, si kwa nje peke yake, bali na ndani ya moyo pia. Hiyo ndiyo sababu alisema, "Bwana haangalii kama binadamu aangaliavyo; maana wanadamu huitazama sura ya nje, bali Bwana huutazama moyo" (1 Samweli 16:7) alipomwagia mafuta Daudi, mchungaji, kama mfalme wa Israeli.

Mimi ni Safi Namna Gani Moyoni?

Tunapohubiri injili, watu wengine husema, "Sikumuumiza mtu yeyote na ninaishi maisha mazuri, kwa hivyo ninaweza kwenda mbinguni." Wana maana ya kwamba wanaweza kwenda mbinguni hata kama hawamwamini Yesu Kristo, kwa kuwa wana mioyo mizuri na hawakufanya dhambi.

Lakini Warumi 3:10 inasema, "Hakuna mwenye haki hata mmoja" Hata mtu ajione mwenye haki na mzuri namna gani, atatambua kwamba ana makosa na dhambi nyingi sana akijiakisi juu ya Neno la Mungu aliye kweli. Lakini wengine husema hawana dhambi yoyote kwa sababu hawakumuumiza mtu yeyote na hawakuvunja sheria.

Kwa mfano, hata ingawa wanamchukia mtu, wanaona kwamba hawana dhambi kwa sababu hawajasababisha maumivu yoyote ya kimwili kwa huyo mtu. Lakini Mungu anasema kwamba, kuwa na akili mbovu moyoni pia ni dhambi.

Anasema katika 1 Yohana 3:15, "Kila amchukiaye ndugu yake ni mwuaji: nanyi mnajua ya kuwa kila mwuaji hana uzima wa milele ukikaa ndani yake," na katika Mathayo 5:28, "Lakini mimi nawaambia, Kila mtu atazamaye mwanamke kwa kumtamani, amekwisha kuzini naye moyoni mwake."

Hata ingawa haionekani katika matendo, mtu akiwa na chuki, akili ya uzinifu, tamaa za ubinafsi, majivuno, wivu, na hasira moyoni mwake, moyo wake si safi. Wale wenye moyo safi hawatavutiwa na mambo yasiyokuwa na maana, bali watafuata kwa ukali ile njia moja na moyo usiobadilika.

Matendo ya Ruthu, Mwanamke mwenye Moyo Safi

Ruthu alikuwa mwanamke wa Mataifa aliyekuwa mjane akiwa na umri mdogo bila kupata watoto. Hakuweza kumwacha mamavyaa wake, bali alikaa naye hata katika nyakati mbaya. Mamavyaa wake alikuwa hana mtu yeyote wa kumtegemea, lakini kwa ajili ya Ruthu, akamwambia arudi kwa jamaa yake. Lakini Ruthu hakuweza kumwacha mamavyaa wake peke yake.

Naye Ruthu akasema,\"Usinisihi nikuache, nirejee nisifuatane nawe; maana wewe uendako nitakwenda, na wewe ukaapo nitakaa. Watu wako watakuwa watu wangu, na Mungu wako atakuwa Mungu wangu. Pale utakapokufa nitakufa nami, na papo hapo nitazikwa. Bwana anitende vivyo na kuzidi, ila kufa tu kutatutenga wewe nami" (Ruthu 1:16-17).

Ungamo hili la Ruthu lina msukumo wake wa nguvu na upendo katika maisha yake yote ya kumtumikia mamavyaa wake. Mji wa mamavyaa wake ulikuwa Israeli, mahali pageni kwa Ruthu. Hawakuwa na nyumba wala chochote huko.

Lakini hakuwaza juu ya hali hizo, bali alichagua tu peke yake kumtumikia mamavyaa wake aliyekuwa peke yake. Ruthu hakujuta chaguo lake na akamtumikia mamavyaa wake na moyo usiobadilika.

Kwa kuwa Ruthu alikuwa na moyo safi namna hiyo, aliweza kujitoa kwa furaha na akamtumikia mamavyaa wake bila kubadilika. Matokeo yake, akakutana na mwanamume tajiri aliyeitwa Boazi ambaye pia alikuwa mtu mzuri kulingana na desturi za Israeli, na wakawa na jamaa ya furaha. Akawa bibi mkuu wa Mfalme Daudi na hata jina lake likaingizwa katika ukoo wa Yesu.

Baraka kwa ajili ya Wenye Moyo Safi

Wenye moyo safi watapokea baraka za aina gani? Mathayo 5:8 inasema, "Heri wenye moyo safi, maana hao watamwona Mungu."

Siku zote ni jambo la kufurahia kuwa na wale tuwapendao. Mungu ndiye Baba wa roho yetu, na anatupenda zaidi ya sisi wenyewe. Kama tunaweza kumwona uso kwa uso na tuwe ubavu wake, furaha hiyo haiwezi kufananishwa na kitu kingine chochote.

Wengine wanaweza kuuliza, "Mtu anawezaje kumwona Mungu?" Waamuzi 13:22 inasema, "Manoa akamwambia mkewe, Hakika yetu tutakufa sisi, kwa sababu tumemwona Mungu."

Yohana 1:18 inasema, "Hakuna mtu aliyemwona Mungu wakati wo wote." Mahali pengi katika Biblia, tunaweza kuona watu walikuwa hawapaswi kumwona Mungu, na wakimwona wangekufa.

Lakini, Kutoka 33:11 inasema, "Naye Bwana akasema na Musa uso kwa uso, kama vile mtu asemavyo na rafiki yake." Waisraeli walipofika Mlima Sinai baada ya Kutoka, Mungu alishuka, na hawakuweza kumkaribia kwa hofu ya kufa, lakini Musa aliweza kumwona Mungu (Kutoka 20:18-19).

Zaidi ya hayo, Mwanzo 5:21-24 inatwambia kwamba Henoko alienda pamoja na Mungu.

Henoko akaishi miaka sitini na mitano, akamzaa Methusela. Henoko akaenda pamoja na Mungu baada ya kumzaa Methusela miaka mia tatu, akazaa wana, waume na wake. Siku zote za Henoko ni miaka mia tatu na sitini na mitano. Henoko akaenda pamoja na Mungu, naye akatoweka, maana Mungu alimtwaa.

'Kuenda na Mungu' haimaanishi kwamba Mungu mwenyewe alishuka duniani na akaenda na Henoko. Inamaanisha kwamba siku zote Henoko aliwasiliana na Mungu na Mungu akatawala kila kitu katika maisha ya Henoko.

Jambo moja ambalo ni lazima tulijue hapa ni kwamba 'kuenda pamoja' na 'kuwa pamoja' ni mambo tofauti kabisa. 'Mungu kuwa pamoja' maanake ni kwamba anatuweka pamoja na malaika wake.

Tunapojaribu kuacha Neno, Mungu hutulinda, lakini anaweza kuenda nasi tu peke yake baada ya sisi kutakasika kabisa. Kwa hivyo, kwa kuona ukweli kwamba Henoko alienda na Mungu kwa miaka mia tatu, tunaweza kuona jinsi alivyopendwa na Mungu.

Baraka ya Kumwona Mungu

Basi, sababu ya kwamba watu wengine hawawezi kumwona Mungu huku wengine wakimwona uso kwa uso na hata kuenda naye ni nini?

3 Yohana 1:11 inasema, "Mpenzi, usiuige ubaya, bali uige wema. Yeye atendaye mema ni wa Mungu, bali yeye atendaye mabaya hakumwona Mungu." Kama ilivyosemwa, wale wenye moyo safi wanaweza kumwona Mungu, lakini wale ambao mioyo yao ni michafu kwa uovu hawawezi kumwona Mungu.

Tunaweza kuviona kutoka kwa kisa cha Stefano aliyekuwa mfiadini huku akihubiri injili wakati wa kanisa la kwanza. Katika Matendo sura ya 7, tunaweza kumwona Stefano alikuwa amehubiri injili ya Yesu Kristo na alikuwa anaomba hata kwa ajili ya wale waliokuwa wanampiga mawe. Inamaanisha kwamba kufikia kiasi hicho alikuwa safi na hakuwa na dhambi moyoni mwake. Hiyo ndiyo sababu aliweza kumwona Bwana aliyekuwa amesimama mkono wa kuume wa Mungu.

Wale wanaoweza kumwona Mungu ni wenye moyo safi, na wanaweza kuingia katika makao bora zaidi kule mbinguni katika ufalme wa mbinguni wa tatu au zaidi. Wanaweza kumwona Bwana na Mungu kwa ukaribu na kufurahia raha milele.

Lakini wale waingiao katika Ufalme wa Kwanza au Ufalme wa Pili wa Mbinguni hawawezi kumwona Bwana kwa ukaribu hata wakitaka kwa sababu nuru za kiroho zinazoingia na kutoka ndani yao na yale makao ni tofauti kulingana na kiwango cha utakaso.

Jinsi ya Kuwa na Moyo Safi

Mungu mtakatifu na mkamilifu anatutaka sisi tuwe wakamilifu na safi sio tu katika matendo bali pia katika moyo kwa kutoa dhambi zinazowekwa katika kilindi cha mioyo yetu. Hiyo ndiyo maana anasema, "Mtakuwa watakatifu kwa kuwa mimi ni mtakatifu" (1 Petro 1:16), na "Maana haya ndiyo mapenzi ya Mungu, kutakaswa kwenu, mwepukane na uasherati" (1 Wathesalonike 4:3).

Sasa, tunapaswa kufanya nini ili tuwe na moyo safi ambao Mungu anataka tuwe nao na akamilishe utakatifu ndani yetu? Wale waliokuwa wakikasirika ni lazima watoe hasira na wawe wapole. Wale waliokuwa na kiburi lazima watoe kiburi na wajinyenyekeze. Wale waliokuwa wanachukia wengine lazima wabadilike ili waweze kuwapenda hata adui zao. Kirahisi ni kusema, ni lazima tuache kila aina ya uovu na tupigane na dhambi hadi kufikia kiwango cha kumwaga damu (Waebrania 12:4).

Kufikia kiwango cha kutoa uovu kutoka mioyoni mwetu, kusikiliza Neno la Mungu, kulitekeleza, na kujijaza kweli, tunaweza kuwa na mioyo safi. Itakuwa haina maana kama tutasikia Neno tu na tusilitekeleze. Tuseme nguo ni chafu, na tuseme tu, "Oo, ni lazima nizioshe," lakini tuziache pale.

Kwa hivyo, tukitambua mambo machafu mioyoni mwetu kwa kusikiliza Neno la Mungu, ni lazima tujitahidi sana tuyatoe. Kwa kweli, usafi wa moyo hauwezi kupatikana kwa nguvu ya wanadamu tu na utashi wetu. Tunaweza kuelewa hili kupitia kwa ungamo la mtume Paulo.

Kwa maana naifurahia sheria ya Mungu kwa utu wa ndani, lakini katika viungo vyangu naona sheria iliyo mbali, inapiga vita na ile sheria ya akili zangu, na kunifanya mateka ya ile sheria ya dhambi iliyo katika viungo vyangu. Ole wangu, maskini mimi! Ni nani atakayeniokoa na mwili huu wa mauti? (Warumi 7:22-24).

Hapa, 'utu wa ndani' unarejelea moyo asili aliotupa Mungu, ambao ni moyo wa kweli, unaofurahi katika sheria ya Mungu na kumtafuta Mungu. Kwa upande mwingine, kuna moo wa mambo yasiyokuwa kweli ambao unatamani kufanya dhambi, kwa hivyo hatuwezi kuacha dhambi kwa jitihada zetu pekee.

Kwa mfano, tunaweza kuona jambo hili katika watu ambao hawawezi kuacha kunywa na kuvuta kirahisi. Wanajua kuvuta sigara na kunywa pombe kupita kiasi kunadhuru, lakini hawawezi kuacha. Kuweka maazimio ya Mwaka Mpya na kujaribu kuacha, lakini hawawezi.

Wanajua kwamba inadhuru, lakini kwa sababu wanaipenda kweli, hawawezi kuacha. Lakini, wakipokea nguvu za Mungu kutoka juu, wanaweza kuacha mara moja.

Hivyo ndivyo ilivyo na dhambi na uovu mioyoni mwetu. 1 Timotheo 4:5 inasema, "Kwa kuwa kimetakaswa kwa neno la Mungu na kwa kuomba." Kama ilivyosemwa, tunapotambua ukweli kupitia kwa Neno la Mungu, na tupokee neema ya Mungu, nguvu yake, na msaada wa Roho Mtakatifu kupitia maombi moto, tunaweza kuyatoa.

Kufanya hivi, tunachohitaji ni jitihada zetu na utashi wa kutekeleza Neno la Mungu. Tusiache tu baada ya kutekeleza Neno kwa mara kadhaa. Tukiomba na wakati mwingine kufunga mpaka mwishowe tubadilike, basi kwa kweli tunaweza kuacha dhambi na kuwa na mioyo safi.

Wenye Moyo Safi Hupokea Majibu na Baraka

Baraka za wenye moyo safi si kuona tu mfano wa Baba Mungu. Maanake ni kwamba, wanaweza kupokea majibu ya matamanio ya mioyo yao kupitia kwa maombi, na wanaweza kukutana na kumwona Mungu maishani mwao.

Yeremia 29:12-13 inasema, "Nanyi mtaniita, mtakwenda na kuniomba, nami nitawasikiliza. Nanyi mtanitafuta na kuniona, mtakaponitafuta kwa moyo wenu wote." Watapokea majibu ya Mungu kupitia kwa maombi yao ya ari, hivyo basi watakuwa na shuhuda nyingi maishani mwao.

Lakini wakati mwingine, tunawaona waamini wapya wengine, waliomkubali Yesu Kristo hivi karibuni tu, na hawaishi katika kweli kihalisi, lakini wanapokea majibu ya maombi yao. Hata ingawa mioyo yao si safi kabisa, wanakutana na kumwona Mungu aliye hai.

Hiki ni kama kisa ambapo watoto wadogo hufanya jambo la kupendeza sana na wazazi kuwapa kile wanachotaka. Hata ingawa hawajakamilisha mioyo safi kabisa, kufikia kiwango kwamba wanampendeza Mungu katika kipimo cha imani yao, wanaweza kupokea majibu ya maombi yao mbalimbali.

Baada ya kukutana na Mungu, na nikaponywa magonjwa yangu yote, na afya yangu ikarejea, nilikuwa ninatafuta kazi. Lakini hata ingawa walinipatia hali nzuri sana, sikuchukua nafasi yoyote kati ya zile nilizopewa kama singeweza kuifanya Siku ya Bwana iwe takatifu kwa sababu ya kazi. Nilijaribu nilivyoweza kufuata njia ya haki na moyo safi mbele za Mungu.

Mungu akapendezwa na moyo wa aina hii na akaniongoza kuendesha duka dogo la kukodisha vitabu. Lilikuwa linaendelea vizuri, na nilikuwa ninapanga kwenda mahali pakubwa zaidi. Nilisikia kulikuwa na mahali mwafaka.

Nilipoenda huko, mwenye duka hakutaka kutia sahihi mkataba na mimi kwa kuwa biashara yake haikuwa nzuri na duka langu lilikuwa linaendelea vizuri. Nikalazimika kuacha, lakini nilipowaza kutoka kwa mtazamo wake, nikamsikitikia, na nikamwombea baraka zake kutoka kilindi cha moyo wangu.

Baadaye nilikuja kujua kwamba, duka moja kubwa la vitabu lingefunguliwa mbele tu ya hilo duka. Katika duka lile singeweza kushindana na duka kubwa kama lile. Mungu anayejua kila kitu alifanya kazi kwa wema wa kila kitu na akazuia mkataba ule usifanyike.

Baadaye, nilienda katika duka lingine. Sikukubali wanafunzi wowote wakorofi. Kuvuta sigara na kunywa pombe kulikatazwa katika duka langu. Jumapili, siku iliyokuwa na wateja wengi zaidi, nilifunga mlango ili nishike Siku ya Bwana. Katika fikira za wanadamu, biashara hiyo haingekuwa nzuri kivyovyote. Lakini badala yake, idadi ya wateja iliongezeka na mauzo nayo yakaongezeka. Kwa hivyo kila mtu alilazimika kutambua kwamba ilikuwa baraka kutoka kwa Mungu.

Licha ya hayo, tunapoishi maisha ya Kikristo, tunaweza pia kupokea kipawa cha kusema katika lugha nyingine au vipawa vingine vya Roho Mtakatifu. Hii ni sehemu ya baraka ya "kumwona Mungu."

Mwingine imani katika Roho yeye yule, na mwingine karama za kuponya katika Roho yule mmoja, na mwingine matendo ya miujiza; na mwingine unabii; na mwingine kupambanua roho; mwingine aina za lugha; na mwingine tafsiri za lugha. Lakini kazi hizi zote huzitenda Roho huyo mmoja, yeye yule, akimgawia kila mtu peke yake kama apendavyo yeye (1 Wakorintho 12:9-11).

Jambo ambalo lazima tukumbuke ni kwamba kama kweli tunampenda Mungu, basi hatupaswi kutosheka na imani ya mtoto. Ni lazima tujaribu tuwezavyo kutoa uovu wote kutoka mioyoni mwetu na tutakaswe upesi ili tuweze kukomaa kiimani na kuelewa moyo wa Mungu.

2 Wakorintho 7:1 inasema, "Basi, wapenzi wangu, kwa kuwa tuna ahadi hizo, na tujitakase nafsi zetu na uchafu wote wa mwili na roho, huku tukitimiza utakatifu katika kumcha Mungu." Kama ilivyonenwa, natutoe uchafu wote wa moyo na tutimize utakatifu ndani yetu.

Ninatumaini kwamba tutafanikiwa katika mambo yote na tupokee kila tuombacho, kama vile mti uliopandwa kando ya maji usivyonyauka, bali huzaa matunda mengi hata wakati wa ukame. Pia ninatumaini kwamba sote tutaweza kumwona Mungu uso kwa uso katika ufalme wa milele wa mbinguni.

Sura ya 7
Baraka ya Saba

Heri Wapatanishi, maana Hao Wataitwa Wana Wa Mungu.

Mathayo 5:9

Heri wapatanishi, maana hao wataitwa wana wa Mungu.

Nchi mbili zinazopakana, zinaweza kuwa na migongano au hata vita kila moja ikiteta ili ipate manufaa yake au faida yake yenyewe. Lakini kuna nchi mbili zinazopakana, lakini zimekuwa na amani kwa muda mrefu. Nchi hizi ni Ajentina na Chile.

Zamani, walikuwa na mgogoro ambao karibu uwafanye wapigane kwa sababu ya migongano karibu na mpaka. Viongozi wa kidini wa nchi zote mbili wakawasihi watu wakisema kwamba upendo ndiyo njia ya pekee ya kuweka amani kati ya nchi mbili. Watu wakakubali yale waliyoambiwa na wakachagua amani. Wakajenga nguzo yenye kifungu cha Biblia kutoka Waefeso 2:14, "Kwa maana yeye ndiye amani yetu, aliyetufanya sisi sote tuliokuwa wawili kuwa mmoja; akakibomoa kiambaza cha kati kilichotutenga."

Kuwa na amani kati ya nchi ni kuwa na uhusiano mwema kati yao, na katika uhusiano wa kibinafsi ni lazima wawe na mioyo mitulivu kati yao. Hata hivyo, maana ya kiroho ya amani na Mungu ni tofauti kidogo. Ni kujitoa wenyewe kwa ajili ya wengine na kuwatumikia. Ni kujinyenyekeza ili tuwainue wengine. Tusiwe na tabia ya kishenzi. Hata kama tuko sawa, tunaweza kufuata maoni ya mtu mwingine isipokuwa kama ni mambo yasiyokuwa kweli.

Ni kutafuta manufaa ya kila mtu. Si kusisitiza juu ya maoni yetu binafsi, lakini kuangalia ya wengine kwanza. Ni kufuata maoni ya wengine na kutokuwa na ubaguzi wowote na kuwa mapatano yanayofaa pande zote za tatizo au hali. Kuwa mpatanishi, tunatakiwa tujitoe wenyewe. Kwa hivyo, maana ya kiroho ya amani ni kujitoa wenyewe hata kutoa maisha yetu.

Yesu Alileta Amani kwa Kujitoa Mwenyewe

Mungu alipomuumba mtu wa kwanza Adamu, alikuwa roho iliyo hai. Alifurahia mamlaka ya kutawala juu ya kila kitu. Lakini, dhambi ilipoingia ndani yake kwa kula tunda lililokatazwa, Adamu na wazao wake wote wakawa wenye dhambi. Sasa kulikuwa na ukuta wa dhambi kati ya wanadamu na Mungu.

Kama ilivyonenwa katika Wakolosai 1:21, "Na ninyi, mliokuwa hapo kwanza mmefarikishwa, tena adui katika nia zenu, kwa matendo yenu mabaya," wanadamu walikuwa wamefarakana na Mungu kwa sababu ya dhambi.

Wanadamu walikuwa wenye dhambi kuanzia wakati wa Adamu, na Yesu, Mwana wa Mungu, akawa sadaka ya ondoleo la dhambi kwetu. Alikufa msalabani ili auvunje ukuta wa dhambi kati ya Mungu na wanadamu na akaleta amani.

Mtu anaweza kuuliza, "Kwa nini wanadamu wote wanalazimika kuwa wenye dhambi kwa sababu tu ya dhambi ya Adamu naye alikuwa mtu mmoja?" Ni kama vile tu zamani kulipokuwa na watumwa. Mara tu unapokuwa mtumwa, wazao wako wote walizaliwa kama watumwa.

Warumi 6:16 inasema, "Hamjui ya kuwa kwake yeye ambaye mnajitoa nafsi zenu kuwa watumwa wake katika kumtii, mmekuwa watumwa wake yule mnayemtii, kwamba ni utumishi wa dhambi uletao mauti, au kwamba ni utumishi wa utii uletao haki?" Kwa sababu Adamu alimtii adui ibilisi na akatenda dhambi, kila mtu baada yake alikuwa mwenye dhambi.

Ili kuleta amani kati ya Mungu na wanadamu waliokuwa

wenye dhambi, Yesu asiyekuwa na dhambi alisulubishwa. Wakolosai 1:20 inasema, "Na kwa yeye kuvipatanisha vitu vyote na nafsi yake akiisha kufanya amani kwa damu ya msalaba wake; kwa yeye, ikiwa ni vitu vilivyo juu ya nchi, au vilivyo mbinguni." Yesu alikuwa sadaka ya ondoleo la dhambi kwa ajili ya msamaha wa dhambi zetu na akaleta amani kati ya Mungu na wanadamu.

Je, Wewe ni Mpatanishi?

Kama tu Yesu alivyoshuka chini duniani katika mwili wa mwanadamu na kuwa Mpatanishi, Mungu anataka tuwe na amani na kila mtu. Kwa kweli, tunapomwamini Mungu na kujifunza kweli, kawaida hatutavunja amani makusudi. Lakini tukiendelea kuwa na haki yetu wenyewe tukifikiri kwamba tuna haki, tunaweza kuvunja amani hiyo bila kujua.

Tunaweza kutambua kama sisi ni mtu wa aina hiyo kwa kuangalia kama tunafanya kila kitu kinachowafaa wengine au wengine wanajaribu kufanya kila kitu kitufae sisi. Kwa mfano, kati ya mume na mke, tuseme mke hapendi chakula chenye chumvi huku mumewe anapenda chakula chenye chumvi.

Mke anamwambia mumewa kwamba chakula chenye chumvi si kizuri kwa afya, lakini bado anapenda chakula chenye chumvi. Basi, yule mke hamwelewi. Kutoka kwa msimamo wa mume, hawezi kubadilisha anavyopenda kirahisi.

Hapa, mke akisisitiza kwamba mumewe afuate ushauri wake kwa sababu yuko sahihi, ugomvi unaweza kuibuka. Kwa hivyo, ili tuwe na amani, tunapaswa kuwaangalia wengine na kuwasaidia kuelewa kufanya mabadiliko pole pole kwa ajili ya kufikia ubora.

Vivyo hivyo, tunapotazama karibu nasi, tunaweza kuona kirahisi kwamba amani huvunjika kwa sababu ya hayo mambo madogo madogo. Ni kwa sababu ya haki yetu wenyewe tukifikiri kwamba tuna haki.

Kwa hivyo, ni lazima tujichunguze kama tunatafuta manufaa yetu wenyewe kabla manufaa ya wengine, au kama tunajaribu kusisitiza juu ya maoni yetu wenyewe kwa sababu tuna haki na tunasema ukweli, ingawa tunajua huyo mtu mwingine anapata shida. Pia, tunapaswa kuangalia kama tunataka watu walio chini yetu watutii bila masharti na watufuate tu kwa sababu sisi ni wakubwa.

Basi tutatambua kama sisi kweli ni wapatanishi. Kwa jumla, ni rahisi kuwa na amani na wale walio wema kwetu. Lakini Mungu anatwambia tuwe na amani na watu wote na utakaso.

Tafuteni kwa bidii kuwa na amani na watu wote, na huo utakatifu, ambao hapana mtu atakayemwona Bwana asipokuwa nao (Waebrania 12:14).

Tunapaswa tuweze kuwa na amani hata wale ambao hawatupendi, wanatuchukia, au wanatuletea shida. Hata ingawa inaonekana kwamba sisi tuko sawa kabisa, kama huyo mtu mwingine ana wakati mgumu au hana utulivu kwa sababu yetu, si sawa machoni pa Mungu. Basi, tunawezaje kuwa na amani na watu wote?

Kuwa na Amani na Mungu

Kwanza ni lazima tuwe na amani na Mungu.

Isaya 59:1-2 inasema, "Tazama, mkono wa \nd Bwana\nd* haukupunguka, hata usiweze kuokoa wala sikio lake si zito, hata lisiweze kusikia. Lakini maovu yenu yamewafarikisha ninyi na Mungu wenu, na dhambi zenu zimeuficha uso wake msiuone, hata hataki kusikia." Tukifanya dhambi, ukuta wa dhambi utatutenga na Mungu.

Kwa hivyo, kuwa na amani na Mungu ni kuwa bila ukuta wa dhambi unaoletwa na dhambi kati ya Mungu na sisi.

Tunapomkubali Yesu Kristo, tunasemehewa dhambi zote tulizofanya mpaka wakati huo (Waefeso 1:7). Kwa sababu ya jambo hili, ukuta wa dhambi kati ya Mungu na sisi unavunjwa, na amani inaanzishwa.

Lakini lazima tukumbuke kwamba tunapoendelea kutenda dhambi baada ya dhambi zetu kusamehewa, ukuta wa dhambi utajengwa tena.

Tunaweza kuelewa kutoka kwa Biblia kwamba aina nyingi ya matatizo husababishwa na dhambi. Yesu alipomponya mtu aliyepooza katika Mathayo sura ya 9, kwanza alimsamehe dhambi zake. Baada ya kumponya mwanamume aliyekuwa mgonjwa kwa miaka thelathini na minane, alisema katika Yohana 5:14, "Angalia, umekuwa mzima; usitende dhambi tena, lisije likakupata jambo lililo baya zaidi."

Kwa hivyo, tunapotubu dhambi zetu, kugeuka na kuidhi kwa kufuata Neno la Mungu, tunaweza kuwa na amani na Mungu.

Kisha tunaweza pia kupokea baraka kama watoto wa Mungu. Tukiwa wagonjwa, tutaponywa na kufanywa tuwe na afya. Tukiwa na shida ya kifedha, shida hiyo itaenda na tutakuwa matajiri. Kwa njia hii, tunapokea majibu ya matamanio yetu ya moyo.

Kuwa na Amani na Wewe Mwenyewe

Tukiendelea kuwa na chuki, husuda, wivu na aina nyingine za uovu, zitachochewa kulingana na hali. Kisha tutateseka kwa sababu ya hizo na hatuwezi kuwa na amani.

Kuna mithali ya Kikorea isemayo, "Binamu akinunua shamba, unaumwa na tumbo." Hili ni kuonyesha husuda. Mtu atateseka kwa sababu ya husuda, kutopenda hali ambapo watu wengine wanaendelea vizuri. Vivyo hivyo, tukiendelea kuwa na husuda, wivu, kiburi, ugomvi, akili ya uasherati, na aina nyingine za uovu mioyoni mwetu, hatuwezi kuwa na amani. Roho Mtakatifu ndani yetu pia atagumia, kwa hivyo moyo wetu utahuzunika.

Kwa hivyo, ili tuwe na amani na sisi wenyewe, ni lazima tutoe uovu mioyoni mwetu na tufuate matakwa ya Roho Mtakatifu.

Tunapomkubali Yesu Kristo na kuwa na amani na Mungu, Mungu hutuma kipawa cha Roho Mtakatifu katika mioyo yetu (Matendo 2:38).

Roho Mtakatifu, moyo wa Mungu, huturuhusu tumwite Mungu "Baba." Hutufanya tutambue kuhusu dhambi, haki, na hukumu. Kisha watoto wa Mungu huishi kwa kufuata Neno la Mungu wakiongozwa na Roho Mtakatifu.

Tunapotekeleza Neno la Mungu na kufuata matakwa ya Roho Mtakatifu kwa msaada wa Roho Mtakatifu, yeye hufurahi mioyoni mwetu. Kwa hivyo, tunaweza kuwa na utulivu moyoni, na tunaweza kuwa na amani na sisi wenyewe.

Zaidi ya hayo, kufikia kiasi cha kutoa uovu kutoka mioyoni mwetu, hatuna mapigano na dhambi tena, kwa hivyo tunaweza kuwa na amani kamili na sisi wenyewe. Ni baada ya kuwa na amani na sisi wenyewe peke yake, ndipo tunaweza kuwa na amani na wengine pia.

Kuwa na Amani Kati ya Watu

Wakati mwingine, tunaweza kuona watu wenye moto na ari kwa ajili ya wajibu wao waliopewa na Mungu. Wanampenda Mungu na kujitolea, lakini hawana amani na ndugu wengine katika imani.

Kama wanaona kwamba vina manufaa kwa ufalme wa Mungu, hawasikilizi maoni ya wengine bali wanaendelea tu kusonga mbele na kazi yao kwa ari. Halafu, wengine watakosa utulivu na wawe na hisia za kuwapinga.

Katika hali hii, wale ambao hawana amani na wengine wataona kwamba ndiyo gharama ya kulipa ili waweze kukamilisha jambo jema kwa ajili ya ufalme wa Mungu. Kwa kweli hawajali hata kama kuna watu wengine wenye maoni yanayopingana na yao au wamesababisha hisia za kukosa utulivu kuibuka ndani ya wengine.

Lakini wale wenye wema wataangalia moyo wa kila mtu anayehusika, ili wakaweze kufuata amani na kuwakubali wengine. Kwa hivyo, watu wengi wanaweza kuja kwao.

Wema ni moyo wa kweli unaofuata wema katika kweli. Ni kuwa mwema na mkarimu. Pia, ni kuwaangalia wengine vizuri zaidi kuliko sisi wenyewe na kuwatunza wengine (Wafilipi 2:3-5).

Mathayo 12:19-20 inasema, "Hatateta wala hatapaza sauti yake; wala mtu hatasikia sauti yake njiani. Mwanzi uliopondeka hatauvunja, wala utambi utokao moshi hatauzima, hata ailetapo hukumu ikashinda."

Tukiwa na aina hii ya wema hatutagombana na wengine. Hatutajaribu kujivuna au kuinuliwa. Tutawapenda hata wale walio wadhaifu kama mwanzi uliopondeka au wale walio waovu kama utambi utoao moshi. Tutawakubali tukitumaini mazuri zaidi kwa ajili yao.

Kwa mfano, tuseme mwana wa kwanza ananunua zawadi nzuri sana kwa ajili ya wazazi wake kwa kuwa anawapenda. Lakini akiwakashifu ndugu zake ambao hawawezi kufanya vile anavyofanya yeye, wazazi wake watahisi nini juu ya hilo? Yumkini, watataka wana wao wawe na amani na upendo badala ya kupokea zawadi za ghali na nzuri.

Vivyo hivyo, Mungu anatutaka tuelewe moyo wake na tufanane na moyo wake kwanza, badala ya kutimiza ufalme wa mbinguni kwa kiwango kikubwa. Isipokuwa iwe ni mambo yasiyokuwa kweli kabisha, ni lazima tuangalie imani dhaifu ya wengine ili tutafute amani.

Tangu nianze kuchunga kanisa, sijapata hisia zozote zisizokuwa na utulivu dhidi ya wale wachungaji au wafanya kazi ambao hawakuzaa matunda halisi. Niliwaangalia na imani na saburi mpaka wakapokea nguvu zaidi kutoka kwa Mungu na wakatimiza wajibu wao vizuri.

Nikisisitiza tu msimamo wangu, ningekuwa nimewashauri nikisema jambo kama hili, "Kwa nini msifanye kazi nyingine, pokeeni uwezo zaidi mwaka ujao, na kisha mnaweza kurudi katika kazi hii baadaye."

Lakini kwa kuogopa kwamba wengine wangevunjika moyo, sikufanya hivyo. Tunapokuwa na wema wa kutovunja mwanzi uliopondeka au kuzima utambi utoao moshi, tunaweza kuwa na amani na watu wote.

Amani Kwa Kupitia Kujitoa Kwetu

Yohana 12:24 inasema, "Amin, amin, nawaambia, Chembe ya ngano isipoanguka katika nchi, ikafa, hukaa hali iyo hiyo peke yake; bali ikifa, hutoa mazao mengi." Kama ilivyonenwa, tunapojitoa kabisa katika kila eneo, tunaweza kuwa na amani na matunda mengi. Yaani, mbegu zinapoanguka mchangani na kufa, zinaweza kumea na kuzaa matunda mengi.

Yesu alifanya nini? Alijitoa kabisa. Alisulubishwa kwa ajili ya wanadamu ambao wote ni wenye dhambi. Alifungua njia ya wokovu, na akarejesha idadi ya watoto wa Mungu isiyosemeka.

Vivyo hivyo, tunapojitoa kwanza, tunapowatumikia wengine katika kila eneo liwe katika jamaa, mahali pa kazi, au kanisa, basi tunaweza kuwa na tunda zuri la amani.

Kila mmoja ana kipimo tofauti cha imani (Warumi 12:3). Kila mmoja ana maoni na mawazo tofauti. Kiwango cha elimu, hulka, na hali walizoleewa ndani yazo zote ni tofauti. Kwa hivyo kila mmoja ana vigezo tofauti kuhusu kile apendacho na kile aonacho kwamba ni haki.

Kila mtu ana kigezo tofauti, na kwa hivyo, kila mtu akisisitiza juu ya kile atakacho, hatuwezi kamwe kuwa na amani. Hata kama tuko sawa, na hata kama tunawezakuwa na kuumia kidogo kwa sababu ya wengine, ni lazima tujitoe kuwa na amani.

Tuseme madada wawili wenye mitindo ya maisha tofauti kabisa wanakaa katika chumba kimoja.

Mkubwa anapenda mambo ya usafi, lakini mdogo hayuko hivyo. Yule mkubwa anamwomba yule mdogo abadilike. Yule dada mdogo anapokosa kusikiliza mara kadhaa, dada mkubwa anaweza kuudhika. Hatimaye anaonyesha maudhi yake kwa nje pia. Mwishowe kutakuwa na ugomvi.

Hapa, ni wazi kwamba kuwa na chumba safi ni bora, lakini tunakasirika na kuwaudhi watu wengine kwa maneno yetu, hiyo si sawa. Hata kama tunaweza kuwa na kinachotuudhi, tunapaswa kumngojea yule mtu kwa upendo mpaka abadilike ili tuwe na amani.

Kulikuwa na mtu aliyeitwa Minson. Alifiwa na mamake alipokuwa mdogo sana. Alikuwa na mama wa kambo. Mamake wa kambo alikuwa na wana wawili wadogo.

Alimtesa Minson; aliwapa wanawe chakula kizuri na nguo nzuri wao peke yao. Minson alilazimika kutetema katika baridi ya majira ya baridi huku akiwa amevaa nguo za kutengenezwa na nyasi.

Siku moja, wakati wa majira ya baridi, wakati Minson alipokuwa anasukuma mkokoteni huku babake akiwa anauvuta, alitetema sana mpaka huo mtetemeko ukaingia kwenye mkokoteni. Babake akagusa nguo za mwanawe na hatimaye akatambua kwamba mwanawe alikuwa amevaa nguo za nyasi.

"Anawezaje kufanya hivi?" Akakasirika, na alikuwa karibu kumfukuza mkewe mpya. Lakini Minson akamsihi babake asifanye hivyo. "Baba, tafadhali usikasirike. Kama mama yao yuko hapa, mwana mmoja peke yake atateseka, lakini ukimfukuza, wana wote watatu watateseka."

Yule mama wa kambo akaguswa na maneno yake. Akatubu makosa yake kwa machozi na baada ya hayo wakawa na jamaa yenye amani.

Vivyo hivyo, wale wenye upole kama pamba na hawana ugomvi au shida na wengine watakaribishwa na kupendwa kila mahali. Watu kama hao ni wapatanishi. Wanaweza kujitoa kwa ajili ya wengine hata kutoa maisha yao.

Ibrahimu Mpatanishi

Watu wengi wanataka kuwa na amani maishani mwao, lakini kwa kweli hawawezi kufanya hivyo. Ni kwa sababu wanatafuta manufaa na faida yao wenyewe.

Kama hatutatafuta kwa ajili yetu wenyewe, inaweza kuonekana kwamba tutapata hasara, lakini kwa macho ya imani, hilo si kweli. Tunapofuata mapenzi ya Mungu kutafuta manufaa ya wengine, Mungu atatulipa kwa majibu yake na baraka zake.

Katika Mwanzo sura ya 13, tunamwona Ibrahimu na mpwa wake Lutu. Lutu alikuwa amefiwa na babake mapema maishani mwake na akamfuata Ibrahimu kama babake mwenyewe. Kwa hivyo, Ibrahimu alipopendwa na Mungu na kubarikiwa, yeye naye akabarikiwa. Mali zao zilikuwa nyingi. Si fedha na dhahabu peke yake, bali walikuwa pia na mifugo mingi. Basi, maji yakawa hayatoshi, na wachungaji wa pande zote wakagombana.

Hatimaye, ili kujiepusha na ugomvi kati ya hizi jamaa, Ibrahimu aliamua kuyatenga makao yao. Wakati huu, Ibrahimu alitoa haki ya kuchagua kwanza na kupata nchi nzuri zaidi.

Je! nchi hii yote haiko mbele yako? Basi ujitenge nami, nakusihi; ukienda upande wa kushoto, nitakwenda upande wa kuume; ukienda upande wa kuume, nitakwenda upande wa kushoto (Mwanzo 13:9).

Basi, Lutu akachukua bonde la Yordani kwa kuwa lilikuwa na maji mengi. Kutoka kwa msimamo wa Ibrahimu, Lutu alikuwa amebarikiwa kwa sababu yake, na katika mpangilio wa jamaa, yeye alikuwa amu na Lutu alikuwa mpwa. Kwa hivyo angekuwa amechukua nchi nzuri kwanza. Pia, kama Ibrahimu angekuwa amempatia haki ya kuchagua kwanza Lutu kama kitendo tu cha kawaida, angekuwa amesema si tendo lililo mwafaka kutoka kwa Lutu.

Lakini kutoka kilindi cha moyo wake, Ibrahimu alimtaka mpwa wake Lutu achukue nchi bora zaidi. Hiyo ndiyo sababu aliweza kuwa na amani na Lutu, na kwa sababu hiyo akapokea baraka kubwa zaidi kutoka kwa Mungu.

BWANA akamwambia Abramu, alipokwisha kutengana na Lutu, Inua sasa macho yako, ukatazame kutoka hapo ulipo, upande wa kaskazini, na wa kusini na wa mashariki na wa magharibi; maana nchi hii yote uionayo, nitakupa wewe na uzao wako hata milele. Na uzao wako nitaufanya uwe kama mavumbi ya nchi; hata mtu akiweza kuyahesabu mavumbi ya nchi, uzao wako nao utahesabika. Ondoka, ukatembee katika nchi hii katika mapana yake, na marefu yake, maana nitakupa wewe nchi hiyo (Mwanzo 13:14-17).

Tangu wakati huo, mali ya Ibrahimu na mamlaka yake yalikuwa makubwa hata akaheshimiwa hata na wafalme waliokuwa karibu naye. Kwa moyo wake mwema, aliweza hata kuitwa 'rafiki wa Mungu'.

Yeye atafutaye manufaa ya wengine katika mambo yote atafanya mambo wanayotaka wengine, sio yale atakayo yeye. Akipigwa shavu la kuume, atageuza shavu lake la kushoto. Anaweza kutoa koti yake pamoja na kanzu kwa mtu atakayevitaka, na anaweza kwenda maili mbili na wale wanaomlazimisha kwenda nao maili moja (Mathayo 5:39-41).

Kama tu Yesu pia alivyowaombea wale waliokuwa wanamsulubisha, yeye pia anaweza kuwaombea adui zake na kwa ajili ya baraka zao. Anaweza kuwaombea wale wanaomuudhi. Tunapojitoa kutoka vilindi vya mioyo yetu na kutafuta manufaa ya wengine, tunaweza kuwa na amani.

Amani katika Kweli Peke Yake

Jambo moja ambalo tunapaswa kuwa waangalifu nalo ni kwamba kuna tofauti kati ya kuwa na subira na kufunika makosa ya wengine ili kuwa na amani, na kupuuza jambo ili kumwaziri mtu. Kuwa na amani haimaanishi tujiepushe tu au turidhiane na mtu wakati ndugu anapofanya dhambi. Ni lazima tuwe na amani na kila mtu lakini lazima tuwe na amani katika kweli.

Kwa mfano, tunaweza kuulizwa tusujudu sanamu na watu wa jamaa yetu au wenzetu katika mahali pa kazi. Wanaweza kutuomba tunywe pombe. Haya ni kinyume na Neno la Mungu (Kutoka 20:4-5: Waefeso 5:18). Kwa hivyo ni lazima tukatae na kuchagua njia inayompendeza Mungu.

Lakini tunapofanya hivyo, ni lazima tuwe na hekima. Hatupaswi kuwaudhi wengine. Ni lazima tuwe wena kwao wakati wote. Ni lazima tuipate mioyo yao na uaminifu wetu. Kisha tunaweza kuwashawishi na moyo wa upole na tuwaulize ufahamu wao.

Huu ni ushuhuda wa mmoja wa madada katika kanisa letu. Baada ya kuajiriwa, alikuwa na shida na wenzake kwa muda fulani. Walimtaka aende nao matembezi na katika mikutano mingine Jumapili, lakini yeye alitaka kuiweka Siku ya Bwana iwe takatifu.

Basi, wenzake na wakubwa wakamwacha nje makusudi. Lakini hakujali jambo hilo na akaendelea kufanya kazi kwa uaminifu, na kwa kujitolea akafanya kazi za wafanyakazi wengine. Walipomwona akitoa aina hii ya manukato ya Kristo, waliguswa na yeye. Sasa, wana mikutano siku nyingine badala ya Jumapili, na wanaweka hata harusi zao Jumamosi, na wala si Jumapili.

Baraka ya Kuitwa Wana wa Mungu

Mathayo 5:9 inasema, "Heri wapatanishi, maana hao wataitwa wana wa Mungu." Ni baraka kubwa iliyoje kuitwa mwana wa Mungu?

Hapa, 'wana' hairejelei wanaume peke yao, bali watoto wote wa Mungu. Lakini itofauti kidogo na 'wana' katika Wagalatia 3:26 inayosema, Kwa kuwa ninyi nyote mmekuwa wana wa Mungu kwa njia ya imani katika Kristo Yesu." Katika Wagalatia ni wana waliookolewa tu. Lakini 'wana wa Mungu' wapatanishi wana maana ya ndani zaidi ya kiroho. Yaani, ni watoto wa kweli ambao Mungu mwenyewe anawakiri.

Wote waliomkubali Yesu Kristo na wana imani ni watoto wa Mungu. Yohana 1:12 inasema, "Bali wote waliompokea aliwapa uwezo wa kufanyika watoto wa Mungu, ndio wale waliaminio jina lake." Lakini hata ingawa sote tumeokolewa na kuwa watoto wa Mungu, waamini wako tofauti.

Kwa mfano, kati ya watoto wengi, kuna wengine wanaoelewa mioyo ya wazazi wao na huwaburudisha, lakini wengine huwatesa wazazi wao tu peke yake.

Vivyo hivyo, hata katika mtazamo wa Mungu, watoto wengine hutoa uovu upesi kutoka mioyoni mwao na kulitii Neno, huku watoto wengine wakiwa hawabadiliki hata baada ya muda mrefu. Wanaendelea kuasi tu.

Hapa, ni watoto gani ambao Mungu angewaangilia vizuri zaidi? Ni wazi kwamba ni wale wanaofanana na Bwana, wana mioyo safi, na wanatii Neno. Kwa hivyo Mwanzo 17:1 inasema, " Mimi ni Mungu Mwenyezi, uende mbele yangu, ukawe mkamilifu." Mungu anawataka wanawe wawe watakatifu na wakamilifu.

Ili tuweze kuitwa wana wa Mungu, ni lazima tufanane na mfano wa Yesu Mwokozi wetu (Warumi 8:29). Yesu, Mwana wa Mungu, alikuwa mpatanishi kwa kujitoa hata katika kusulubishwa kwake.

Vivyo hivyo, tunapofanana na Yesu katika kujitoa na kufuata amani tunaweza kuitwa wana wa Mungu. Basi tunaweza pia kufurahia mamlaka ya kiroho na uwezo aliofurahia Yesu (Mathayo 10:1).

Kama tu Yesu alivyoponya magonjwa mengi, akatoa pepo, na kufufua wafu, tukiitwa wana wa Mungu pia tutaweza kuponya hata magonjwa yasiyopona kama saratani, UKIMWI, na lukemia.

Zaidi ya hayo, hata vilema, vipofu, viziwi, mabubu, na wale wenye kupooza kwa watoto wachanga wanaweza kufanywa kuwa wazima. Macho yao huona, na kutembea, na hata wafu wanafufuliwa.

Adui ibilisi ataogopa na kutetemeka, ili wale waliotekwa na pepo au nguvu za giza watawekwa huru (Marko 16:17-18). Kutakuwa na udhihirisho wa kazi za uponyaji wa kuvuka mipaka ya wakati na nafasi. Kazi zisizokuwa za kawaida pia zinaweza kufanyika kupitia vitu tulivyo navyo kama vitambaa kama katika kisa cha Paulo (Matendo 19:11-12).

Pia, kama vile Yesu alivyotuliza upepo na mawimbi, tutaweza kusababisha mabadiliko katika hali ya anga (Mathayo 8:26-27). Mvua itakoma, na hata tunaweza kubadilisha njia ya dhoruba au kimbunga au tukifanye kitoweke. Tunaweza kuona hata pinde za mvua katika siku iliyo shwari.

Badala ya haya, tukiitwa wana wa Mungu, tutaingia Yerusalemu Mpya ambayo ndani yake mna kiti cha enzi cha Mungu. Huko tunaweza kufurahia heshima na utukufu kama watoto wake wa kweli. Tukiwa na imani ya kuokolewa, tutaingia katika Paradiso, lakini tukiwa watoto wa kweli wanaoitwa wana wa Mungu, tunaweza kuingia Yerusalemu Mpya, makao mazuri zaidi ya ufalme wa mbinguni.

Ni heshima na utukufu ulioje wa mfalme atakayepokea ufalme? Na tukifanana na Mungu Mtawala wa kila kitu na kuitwa wana wa Mungu, heshima na hadhi yetu itakuwa kubwa sana! Tutashindikizwa na majeshi na malaika wa mbinguni, na tutasifiwa na watu wasiohesabika katika ufalme wa mbinguni milele.

Licha ya hayo, tutafurahia aina zote za vitu vizuri na nyumba kubwa na nzuri katika Yerusalemu Mpya tukufu. Tutaishi milele na milele katika furaha kuu isiyoweza kuelezeka.

Kwa hivyo, tunapaswa kuchukua misalaba yetu na tuwe wapatanishi na moyo wa Bwana aliyejitoa mwenyewe hadi kusulubishwa, ili tuweze kupokea upendo mkuu wa Mungu na baraka zake.

Sura ya 8
Baraka ya Nane

Heri Wenye Kuudhiwa kwa Ajili Ya Haki, maana Ufalme Wa Mbinguni Ni Wao

Mathayo 5:10

Heri wenye kuudhiwa kwa ajili ya haki, maana ufalme wa mbinguni ni wao.

"Mwamini Yesu Kristo na upokee wokovu."

"Unaweza kupokea baraka katika kila kitu kwa kumwamini mwenyezi Mungu."

Mara nyingi wahubiri husema kwamba tunapomwamini Yesu Kristo, tunaweza kupokea wokovu na baraka katika vitu vyote, na tunaweza kufanikiwa katika maisha yetu tukipokea majibu ya kila aina ya matatizo ya maisha.

Katika kanisa letu peke yake tunamtukuza Mungu na shuhuda nyingi sana kila wiki.

Hata hivyo, Biblia pia inatwambia kwamba kutakuwa na taabu na mateso tunapomwamini Yesu Kristo. Tutapokea baraka za uzima wa milele na baraka hapa duniani kufikia kiasi kwamba tunaacha kila kitu na kujitoa kwa ajili ya Bwana, lakini pia tutapokea mateso (Wafilipi 1:29).

Amin, nawaambieni, Hakuna mtu aliyeacha nyumba, au ndugu waume, au ndugu wake, au mama, au baba, au watoto, au mashamba, kwa ajili yangu, na kwa ajili ya Injili, ila atapewa mara mia sasa wakati huu, nyumba, na ndugu waume, na ndugu wake, na mama, na watoto, na mashamba, pamoja na udhia; na katika ulimwengu ujao uzima wa milele (Marko 10:29-30).

Kuteswa kwa ajili ya Haki

Kuteswa kwa ajili ya haki maanake ni nini? Ni kuteswa tunakokukabili tunapoishi kwa kufuata Neno la Mungu, tukifuata kweli, wema, na nuru.

Kwa kweli, hatuna haja ya kukabiliana na mateso kama tunaridhiana tu na hatuishi maisha halisi ya Kikristo. Lakini 2 Timotheo 3:12 inasema, "Naam, na wote wapendao kuishi maisha ya utauwa katika Kristo Yesu wataudhiwa." Tukifuata Neno la Mungu, tunaweza kukabiliwa na taabu au kupokea mateso bila sababu.

Kwa mfano, tulipokuwa hatujamwamini Bwana, tunaweza kuwa tulikunywa na kutumia lugha ya matusi na kuonyesha tabia ya kutojali. Lakini baada ya kupokea neema kutoka kwa Mungu, tunajaribu kuacha kunywa na kuishi maisha ya utaua. Kwa hivyo, kiasili tutaelekea kujiweka mbali na wenzetu wasioamini na watu tulioshirikiana. Hata kama tunashirikiana nao, hawawezi kufurahia mambo yale yale pamoja nasi kama ilivyokuwa awali. Kwa hivyo wanaweza kuudhika au waseme jambo dhidi ya tabia yetu mpya.

Katika kisa changu, kabla kumkubali Bwana, nilikuwa na marafiki wengi tuliokunywa sote. Pia, watu wa jamaa yangu walipokusanyika tungekunywa sana. Lakini baada ya kumkubali Bwana, nilielewa katika mkutano wa uvuvio, mapenzi ya Mungu katika kutwambia kwamba tusilewe, na nikaacha kunywa mara moja.

Sikuwapa ndugu zangu, jamaa wangu wengine au marafiki, vinywaji vyovyote vya pombe. Kwa hivyo wakawa wananilalamikia kwamba sikuwafanyia kama ilivyonipasa kufanya.

Zaidi ya hayo, baada ya kumkubali Bwana na kuweka Siku ya Bwana kuwa takatifu, wakati mwingine hatuwezi kuhudhuria matembezi yanayofanywa na mahali petu pa kazi au mikutano mingine ya kijamii. Katika jamaa isiyojua injili tunaweza hata kupata mateso kwa sababu hatungeweza kusujudia sanamu.

Waovu Huchukia Nuru

Basi, kwa nini tuteseke na huku tumemwamini Bwana? Hili ni sawasawa na mafuta na maji, haviwez kuchanganyika. Mungu ni Nuru, na wale wanaomwamini Bwana na kuishi kwa kufuata Neno, kiroho ni wa Nuru (1 Yohana 1:15). Lakini bwana wa ulimwengu huu ni adui ibilisi na Shetani, mfalme wa giza (Waefeso 6:12).

Kwa hivyo, kama vile giza linavyotoweka mahali penye nuru, wakati idadi ya waamini ambao ni nuru inapoongezeka, uwezo wa kutawala wa adui ibilisi na Shetani utapungua. Adui ibilisi na Shetani huwatawala watu wa ulimwengu ambao ni wao. Wanawachochea wawatese waamini ili wasiwe waamini tena.

Maana kila mtu atendaye mabaya huichukia nuru, wala haji kwenye nuru, matendo yake yasije yakakemewa. Bali yeye aitendaye kweli huja kwenye nuru, ili matendo yake yaonekane wazi ya kuwa yametendwa katika Mungu (Yohana 3:20-21).

Wale wenye mioyo mizuri wanaweza kuguswa na kukubali injili wakati wanapoona wengine wakiishi kwa kufuata Neno la Mungu katika haki. Lakini waovu wataona jambo kama hilo ni upumbavu. Wanalichukia na wanawatesa waamini kwa sababu ya hilo.

Wengine wanajaribu kuwashawishi waamini na mantiki yao. Wanasema, "Je, ni lazima uwe mkali namna hiyo? Kuna watu ambao walioleewa katika jamaa za Kikristo. Baadhi yao ni wazee wa kanisa, lakini bado wanakunywa." Lakini watoto wa Mungu hawapaswi kamwe kufanya mambo katika uovu ambao Mungu huchukia kwa sababu tu ya wenzao, jamaa zao, au rafiki zao wanaudhika kidogo sio kwa muda mfupi.

Mungu alimtoa Mwanawe mmoja na wa pekee kwa ajili yetu sisi tuliokuwa wenye dhambi. Yesu alivumilia kila aina ya dhihaka na mateso, na mwishowe akafa msalabani akachukua dhambi zetu. Tukiwaza kuhusu upendo huu, hatuwezi kuridhiana na ulimwengu hata tuwe katika mateso aina hii kwa sababu ya raha za muda tu.

Visa vya Kuteswa kwa ajili ya Haki

Mwaka wa 605 K.K, katika mashambulizi ya Nebukadneza wa Babeli, Shadraka, Meshaki, na Abednego walishikwa mateka pamoja na Danieli. Hata katika utamaduni wa kigeni uliojaa tamaa na ibada ya sanamu, waliweka heshima na imani yao kwa Mungu.

Siku moja, walikabiliwa na na hali ngumu sana. Mfalme alitengeneza sanamu ya dhahabu na akamfanya kila mtu katika nchi aisujudu. Mtu yeyote aliyekataa kutii amri ya mfalme angetupwa katika tanuru ya moto.

Shadraka, Meshaki, na Abednego wangekuwa wamejiepusha na shida yoyote kwa kusujudu tu mara moja, lakini wao hawakusujudu.

Ni kwa sababu Kutoka 20:4-5 inasema, "Usijifanyie sanamu ya kuchonga, wala mfano wa kitu cho chote kilicho juu mbinguni, wala kilicho chini duniani, wala kilicho majini chini ya dunia. Usivisujudie wala kuvitumikia; kwa kuwa mimi, Bwana, Mungu wako, ni Mungu mwenye wivu; nawapatiliza wana maovu ya baba zao, hata kizazi cha tatu na cha nne cha wanichukiao."

Hatimaye, marafiki watatu wa Danieli walilazimika kutupwa katika tanuru ya moto. Wakati huo ungamo lao liligusa sana!

Kama ni hivyo, Mungu wetu tunayemtumikia aweza kutuokoa na tanuru ile iwakayo moto; naye atatuokoa na mkono wako, Ee mfalme. Bali kama si hivyo, ujue, Ee mfalme, ya kuwa sisi hatukubali kuitumikia miungu yako, wala kuisujudia hiyo sanamu ya dhahabu uliyoisimamisha (Danieli 3:17-18).

Hata katika hali ya kuhatarisha maisha, hawakuridhiana ili washike imani yao. Mungu aliona imani yao na akawaokoa kutoka kwa tanuru ya moto.

Kuteswa Kwa Sababu ya Upungufu wa Mtu Mwenyewe

Jambo moja ambalo ni lazima tukumbuke hapa ni kwamba kuna visa vingi ambapo wanateswa kwa sababu ya makosa yao wenyewe wala si kuteswa kwa sababu ya ku haki kama marafiki watatu wa Danieli.

Kwa mfano, kuna waamini wengine ambao hawatimizi wajibu wao wote wakisema kwamba wanafanya kazi za Mungu.

Wanafunzi wakikosa kusoma na wake wa nyumbani wakikosa kufanya kazi za nyumbani na kumakinikia shughuli za kanisa, watateswa na watu wa jamaa zao. Sababu ya mateso ni kwamba wanapuuza masomo yao na kazi zao za nyumbani. Lakini wanaelewa vibaya kwamba wanateswa kwa sababu ya kufanya kazi ya Bwana.

Mwamini anaweza kuwa mvivu katika mahali pake pa kazi, na anajaribu kumwachia mtu mwingine kazi yake akitoa sababu ya kazi za kanisa. Kisha, ataonywa au kukemewa katika mahali pake pa kazi. Huku si kuteswa kwa ajili ya haki.

Basi 1 Petro 2:19-20, "Maana huu ndio wema hasa, mtu akivumilia huzuni kwa kumkumbuka Mungu, pale ateswapo isivyo haki. Kwa maana ni sifa gani kustahimili, mtendapo dhambi na kupigwa makofi? Lakini kustahimili, mtendapo mema na kupata mateso, huu ndio wema hasa mbele za Mungu."

Heri Wenye Kuudhiwa kwa ajili ya Haki

Mathayo 5:10 inasema, "Heri wenye kuudhiwa kwa ajili ya haki; maana ufalme wa mbinguni ni wao." Kwa nini Biblia inasema wana heri? Mateso ambayo mtu hupokea kwa sababu ya uovu au uvunjaji sheria hayawezi kuwa baraka wala zawadi. Lakini mateso kwa ajili ya haki ni baraka kwa sababu yeye apokeaye mateso kama hayo anaweza kupata ufalme wa mbinguni.

Kama aridhi inavyokuwa ngumu baada ya mvua, baada ya

kupitia mateso, mioyo yetu itakuwa imara zaidi na kamilifu zaidi. Tunaweza kupata mambo yasiyo kuwa kweli ambayo hatukuwa tunayajua awali na kuyatoa. Tunaweza kukuza upole na amani na kufanana na moyo wa Bwana wa kupenda hata adui zetu.

Awali, tulipopigwa shavu moja tungekasirika na kulazimika kulipiza. Lakini kupitia kwa mateso, tunajifunza kuhusu utumishi na upendo hivi kwamba sasa tunaweza kugeuza hata hilo shavu lingine.

Pia, wale waliokuwa wakihuzunika na kulalamika wanapokabiliwa na shida wanaweza kuwa na imani thabiti kupitia kwa mateso. Sasa wana tumaini la kupata ufalme wa mbinguni na wanashukuru na wana furaha katika hali ya aina yoyote.

Hebu niwaambie mfano wa maisha halisi. Mmoja wapo wa washiriki wetu wa kanisa alikuwa na taabu na wenzake katika ofisi yake na karibu kila jambo. Mtu huyo angemsengenya mwamini bila sababu. Matendo yake yalikosa maarifa ya kawaida, na huyu mwamini alilazimika kuteseka sana kwa sababu ya jambo hilo.

Watu wengine walikuwa wakisema kwamba wao ni watu wazuri, lakini kupitia kwa hali hii huyo mwamini alitambua kwamba yeye pia alikuwa na chuki moyoni mwake. Alikata shauri kumkubali mwenzake moyoni mwake kwa kuwa Mungu anatwambia tuwapende hata adui zetu. Alikumbuka kile alichopenda huyo mtu na mara kwa mara akampa baadhi ya vitu hivyo.

Pia, alipokuwa anamwombea huyu mtu, alipata upendo wa kweli kwa ajili yake, na uhusiano wao ukama wa karibu zaidi na wa kirafiki zaidi kuliko ule wa wale wafanyakazi wengine wa ofisi.

Basi, Zaburi 119:71 inasema, "Ilikuwa vema kwangu kuwa naliteswa, nipate kujifunza amri zako." Kupitia mateso kama hayo tunajinyenyekeza zaidi. Tunaacha dhambi na uovu tukimtegemea Bwana na kutakasika. Wakati wa mateso utapotea wenyewe.

Tukiteswa kwa ajili ya haki, imani yetu itakua. Kisha, tutaheshimiwa na wengine walio karibu nasi na pia tutapokea baraka za kiroho na za vitu tunazopewa na Mungu. Zaidi ya hayo, kufikia kiasi tunachotimilisha haki ndani yetu, tunaweza kusonga na kuingia makao bora zaidi katika ufalme wa mbinguni. Basi baraka hii ni kubwa sana!

Makao ya Mbinguni na Utukufu viko Tofauti

Basi, kuna tofauti gani kati ya mbingu ambayo wale maskini wa moyo hupata na mbingu ambayo wale wanaoteswa kwa ajili ya haki hupata? Kwanza kuna tofauti kubwa sana.

Ya kwanza ni mbingu yenye maana ya jumla ambayo kila aliyeokolewa anaweza kuingia. Lakini ya pili maanake ni kwamba tutaingia katika makao bora zaidi kule mbinguni kufikia kiasi kile tunachoteswa kwa kutenda haki.

Kufikia kiasi tunachotimilisha utakaso na kuwa watoto wa kweli anotaka Mungu, na kulingana na jinsi tunavyotimiza wajibu wetu vizuri, makao na zawadi kule mbinguni vitakuwa tofauti.

Yohana 14:2 inasema, "Nyumbani mwa Baba yangu mna makao mengi; kama sivyo, ningaliwaambia; maana naenda kuwaandalia mahali."

Pia, 1 Wakorintho 15:41 inasema, "Kuna fahari moja ya jua, na fahari nyingine ya mwezi, na fahari nyingine ya nyota; maana iko tofauti ya fahari hata kati ya nyota na nyota." Tunaweza kuona kwamba makao na utukufu tutakaokuwa nao kule mbinguni utakuwa tofauti kulingana na kiasi cha haki tunachopata.

Wale walio maskini wa moyo ni wale waliomkubali Bwana na wamepata haki ya kuingia katika ufalme wa mbinguni. Kuanzia hapo na kwendelea, wanaweza kuwa wapole na wasafi kwenye mioyo kwa kuhuzunika na kutubu dhambi zao na kuziacha. Ni lazima waendelee kukua katika imani yao kwa kuendelea kufuata haki.

Yaani ni wale pekee wanaotambua uovu wao, na kuutoa na kutakasika kupitia mateso na majaribu ndio wanaoweza kuingina katika makao bora kule mbinguni na pia kumwona Mungu Baba.

Mateso kwa ajili ya Bwana

Mateso yatapotea kulingana na kiasi tutakachotimilisha haki. Imani yetu inapoendelea kukua na kuwa wakamilifu zaidi na zaidi, tutaheshimiwa na watu walio karibu nasi. Zaidi ya hayo, pia tunaweza kupokea baraka za kiroho na za vitu kutoka kwa Mungu.

Tunaweza kuyaona haya katika kisa cha marafiki watatu wa Danieli. Waliteswa kwa sababu ya kushikilia haki yao kwa ajili ya Mungu. Wakatupwa katika tanuru ya moto iliyokuwa imeongezwa ukale wake mara saba zaidi kuliko awali, lakini Mungu akawalinda. Hakuna hata unywele wao mmoja ulioungua.

Kuona kazi hii ya Mungu, mfalme pia alimtukuza Mungu Mwenyezi. Pia aliwainua hawa wanaume watatu.

Lakini haimaanishi kwamba mateso yote yataondoka kwa sababu tu kwamba tumikamilisha haki kabisa kwa kutekeleza Neno la Mungu. Pia kuna mateso ambayo wafanyakazi wa Bwana ni lazima wapitie kwa ajili ya ufalme wa Mungu.

Heri ninyi watakapowashutumu na kuwaudhi na kuwanenea kila neno baya kwa uongo, kwa ajili yangu. Furahini, na kushangilia; kwa kuwa thawabu yenu ni kubwa mbinguni; kwa maana ndivyo walivyowaudhi manabii waliokuwa kabla yenu (Mathayo 5:11-12).

Mababa wengi wa imani walipokea mateso kwa kupenda ili watimize mapenzi ya Mungu. Kwanza kabisa, Yesu alikuwa na mfano wa Mungu. Hana lawama wala doa, lakini akachukua adhabu ya wenye dhambi. Ili aweze kutimiza upaji wa wokovu, alipigwa mijeledi na akasulubishwa katikati ya kila aina ya dhihaka na dharau.

Mtume Paulo

Natuangalie kisa cha mtume Paulo. Paulo aliwekda msingi wa misheni ya ulimwengu kwa kuhubiri injili kwa Mataifa. Kupitia kwa safari zake tatu za misheni alianzisha makanisa mengi. Hili halikuwa jambo rahisi kamwe. Tunaweza kuona jinsi lilivyokuwa jambo gumu katika ungamo lake.

Wao ni wahudumu wa Kristo? (Nanena kiwazimu), mimi ni zaidi; katika taabu kuzidi sana; katika vifungo kuzidi sana; katika mapigo kupita kiasi; katika mauti mara nyingi. Kwa Wayahudi mara tano nalipata mapigo arobaini kasoro moja. Mara tatu nalipigwa kwa bakora; mara moja nalipigwa kwa mawe; mara tatu nalivunjikiwa jahazi; kuchwa kucha nimepata kukaa kilindini. Katika taabu na masumbufu; katika kukesha mara nyingi; katika njaa na kiu; katika kufunga mara nyingi; katika baridi na kuwa uchi (2 Wakorintho 11:23-27).

Hata kuna watu walioapa kwamba hawatakula chochote mpaka wamwue Paulo. Tunaweza kufikiri jinsi mateso aliyopitia yalivyokuwa makuu (Matendo 23:12). Lakini haikujalisha hali ya mateso ilikuwaje, mtume Paulo siku zote alifurahi na kushukuru kwa sababu alikuwa na tumaini la kupata ufalme wa mbinguni.

Alikuwa mwaminifu hadi kufa kwa ajili ya ufalme wa mbinguni na haki ya Mungu, hakuyasaza hata maisha yake mwenyewe (2 Timotheo 4:7-8).

Si kwamba watu wa Mungu wanateseka kwa sababu hawana uwezo. Yesu alipokuwa juu ya msalaba, kama angetaka tu, angekuwa ameita zaidi ya majeshi 12 ya malaika na kuangamiza waouvu wote pale (Mathayo 26:53).

Musa na mtume Paulo walikuwa na uwezo mkubwa sana hata watu wakawaona kama miungu (Kutoka 7:1, Matendo 14:8-11). Watu walipochukua leso au nguo zilizomgusa Paulo na kuwapelekea wagonjwa, magonjwa yaliwaacha na pepo wakatolewa (Matendo 19:12).

Lakini kwa sababu walijua kwamba upaji wa Mungu ungetimizwa kwa ukuu zaidi kupitia kwa mateso yao, hawakujaribu kujiepusha au kukimbia mateso bali waliyakubali kwa furaha. Walihubiri mapenzi ya Mungu na ari iliyokuwa moto na wakafanya yale waliyoamriwa na Mungu wafanye.

Zawadi Kuu Tunapofurahi na Kuwa na Raha

Sababu inayoweza kutufanya tufurahi na kuwa na raha tunapoteswa kwa ajili ya jina la Bwana ni kwa sababu zawadi yao itakuwa kubwa katika ufalme wa mbinguni (Mathayo 5:12).

Kati ya wale mawaziri waaminifu wa siku za kale, kulikuwa na wengine waliopenda kutoa maisha yao kwa ajili ya mfalme. Mfalme angewaongezea utukufu na heshima kwa ajili ya uaminifu wao. Waziri kama huyo alipokufa, mfalme angewapa zawadi watoto wake.

Kama ilivyosemwa katika Yohana 15:13, "Hakuna aliye na upendo mwingi kuliko huu, wa mtu kuutoa uhai wake kwa ajili ya rafiki zake," walithibitisha upendo wao kwa mfalme wao kwa kutoa maisha yao.

Tukiteswa na hata tutoe maisha yetu kwa ajili ya Bwana, Mungu, ambaye ni bwana wa vitu vyote, atawezaje kuacha mambo tu yabaki kama yalivyo? Atatumwagia baraka za mbinguni tusizoweza kudhania.

Atatupatia makao bora zaidi katika ufalme wa mbinguni. Wale wanaouawa kifo cha ufiadini kwa ajili ya Bwana watakiriwa kwa sababu ya mioyo yao inayompenda Bwana. Wataingia angalau katika ufame wa mbinguni wa tatu au hata Yerusalemu Mpya.

Hata kama hatujatakasika kikamilifu, kama tunaweza kutoa maisha yetu ili tuwe wafiadini, inamaanisha, kwamba tunaweza kutakasika kabisa tukipewa wakati zaidi.

Mtume Paulo aliteseka sana na hata akayatoa maisha yake kwa ajili ya Bwana. Aliweza kuwasiliana na Mungu waziwazi na akaona mambo mengi ya kiroho ya mbinguni. Kwa kuwa alikuwa ameona Paradiso, aliungama, "Kwa maana nayahesabu mateso ya wakati huu wa sasa kuwa si kitu kama utukufu ule utakaofunuliwa kwetu" (Warumi 8:18).

Pia aliungama katika 2 Timotheo 4:7-8, "Nimevipiga vita vilivyo vizuri, mwendo nimeumaliza, Imani nimeilinda; baada ya hayo nimewekewa taji ya haki, ambayo Bwana, mhukumu mwenye haki, atanipa siku ile; wala si mimi tu, bali na watu wote pia waliopenda kufunuliwa kwake."

Mungu hasahau uaminifu na jitihada za wale wanaoteswa na hata kuwa wafiadini kwa ajili ya Bwana. Hulipa kujitolea kama huko na heshima na zawadi za kufurika. Kama alivyoungama mtume Paulo, kutakuwa na zawadi na utukufu wa kushangaza unaotungojea.

Hata kama hatutapoteza maisha yetu ya kimwili, vitu vyote tunavyomfanyia Bwana na moyo wa ufiadini na mateso yote tunayopitia kwa ajili ya Bwana yatalipwa kama zawadi na baraka.

Pia kwa wale wanafurahi na kuwa na raha hata ingawa wanateswa kwa ajili ya Bwana, Mungu hujibu matamanio ya mioyo yao na hujaza mahitaji yao ili aonyeshe ushahidi kwamba Mungu yu pamoja nao. Kulingana na kiasi wanachoshinda shida, imani yao itakuwa kubwa zaidi; kisha watapokea uwezo mkuu na mamlaka, watawasiliana na Mungu waziwazi zaidi na waweze kudhihirisha kazi kubwa zaidi za uwezo wa Mungu.

Lakini kwanza, kwa wale wanatoa maisha yao kwa ajili ya Bwana hawajali kama watapokea chochote kama malipo hapa duniani. Wanaweza kufurahi zaidi kwa sababu hakuna kitu kinachoweza kufananishwa na baraka na zawadi za mbinguni watakazopokea baadaye.

Baraka kwa ajili ya Wale Wanaoshiriki Mateso ya Bwana

Ni lazima tukumbuke jambo moja zaidi. Mtu wa Mungu anapoteseka kwa ajili ya Bwana, wale walio pamoja naye pia watapokea baraka.

Daudi alipokuwa anafukuzwa na mwanawe Absalomu kwa sababu ya dhambi zake, wale waliokuwa wa kweli walijua kwamba Daudi alikuwa mtu wa Mungu. Hata kama maisha yao yalitishwa bado walikuwa pamoja naye. Hatimaye, Daudi alipopokea neema ya Mungu tena, waliweza kupokea neema pamoja naye.

Haya ndiyo mapenzi ya Mungu mwenye haki kwamba mtu wa Mungu anapoteseka kwa ajili ya jina la Bwana, wale walio pamoja naye wenye mioyo ya kweli pia watashiriki katika utukufu wake baadaye. Pia Yesu aliwaambia wanafunzi wake kuhusu zawadi za mbinguni ambazo wangepokea ili awape tumaini zaidi.

Nanyi ndinyi mliodumu pamoja nami katika majaribu yangu. Nami nawawekea ninyi ufalme, kama vile Baba yangu alivyoniwekea mimi; mpate kula na kunywa mezani pangu katika ufalme wangu; na kuketi katika viti vya enzi, huku mkiwahukumu kabila kumi na mbili za Israeli (Luka 22:28-30).

Mimi na kanisa letu tulilazimika kupitia mateso mengi katika kukamilisha ufalme wa Mungu. Kwa sababu tulijua yalikuwa mapenzi ya Mungu, tulihubiri kuhusu mambo ya ndani ya kiroho, tukijua kwamba pia yangesababisha mateso kwetu.

Kupitia shida nyingi ambazo kwa kweli mwanadamu hawezi kuvumilia, tuliacha kila kitu katika mikono ya Mungu na maombi na kufunga peke yake. Kisha, Mungu akatupatia uwezo mkubwa zaidi kama ushahidi kwamba alikuwa pamoja nasi. Akaturuhusu kudhihirisha ishara nyingi na maajabu mengi sana. Si magonjwa mengi tu peke yake yaliyoponywa, lakini pia ulemavu kama vile kupooza kwa watoto, upofu na uziwi, au viungo vya mwili vilivyokuwa dhaifu tangu kuzaliwa viliponywa.

Zaidi ya hayo, tuliweza kuleta mamia ya maelfu na hata mamilioni ya watu upande wa Bwana kupitia injili katika nchi nyingi. Moja yapo katika zile injili ilivutia usikivu wa ulimwengu mzima kwa kuwa ilitangazwa na CNN (Cable News Network).

Mwaka wa 2005, TV ya GCN (Global Christian Network) ilianzishwa na ikaanza kupeperusha matangazo ya masaa 24 kila siku katika miji ya New York na New Jersey. Katika mwaka 1 tu tangu kuanzishwa, Mungu aliibariki kwa njia ambayo kila mmoja anaweza kutazama mahali popote ulimwenguni kupitia kwa setilaiti.

Hasa, katika Injili ya New York Julai 2006 iliyofanyika Madison Square Garden jiji la New York. Injili hiyo ilitangazwa kwa zaidi ya nchi 200 ulimwenguni kote kupitia watangazaji mbalimbali wa Kikristo kama vile GCN, Cosmovision, GloryStar Network, na Daystar TV.

Nyuma ya utukufu kama huu kulikuwa na maombi ya machozi ya washiriki wa kanisa. Washiriki wengi walitunza kanisa kwa maombi ya kufunga wakati kanisa lilipokuwa katika hali ngumu.

Wale walioshiriki katika mateso na Bwana walikuwa na tumaini lililofurika kwa ajili ya ufalme wa mbinguni. Walikua na wakawa na imani ya ujasiri na ya kiroho. Mambo haya yote walilipwa kama baraka. Jamaa zao, mahali kwao kwa kazi, na biashara zao zilibarikiwa. Wanampa Mungu utukufu na shuhuda zao nyingi.

Kwa hivyo, wale wanaofuata baraka za kweli wanaweza kufurahi na kuwa na raha kutoka vilindi vya mioyo yao wanapoteswa kwa ajili ya Bwana. Ni kwa sababu wanatarajia baraka za milele watakazopokea katika ufalme wa mbinguni.

Mtu Anayetafuta Baraka za Kweli

Baraka machoni pa Mungu ni tofauti sana na mambo ambayo watu wa ulimwengu wanaona ndio baraka.

Watu wengi hufikiria kwamba kuwa tajiri ni baraka. Lakini, Mungu anasema maskini wa moyo wamebarikiwa. Watu wanaona kwamba kuwa na raha siku zote ni baraka. Lakini Mungu anasema wale walio na huzuni wamebarikiwa. Mungu anasema wale wenye njaa na kiu ya haki na wale walio wapole wamebarikiwa.

Heri zina njia zilizobarikiwa na za kweli za kupata ufalme wa mbinguni na moyo maskini na kufanana na moyo wa Mungu kupitia mateso.

Kwa hivyo, tukitii Neno tu, tutaweza kuacha aina zote za uovu na kujaza mioyo yetu na kweli. Tutaweza kabisa kurejesha mfano wa Mungu wa upole na utakatifu na tumpendeze Mungu. Hii ndiyo njia ya kuwa mtu wa imani na mtu wa roho kamili.

Mtu wa aina hii ni kama mti uliopandwa kando ya maji. Miti iliyopandwa kando ya maji hupata maji safi kwa wingi. Hata katika ukame au siku ya joto, itakuwa na majani mabichi na kuzaa matunda mengi (Yeremia 17:5-8).

Waamini wanaoishi katika Neno la Mungu ambaye baraka zore hutiririka kutoka kwake, hawatakuwa na jambo la kuogopa hata wakiwa katika taabu. Siku zote wataona mikono ya upendo na baraka za Mungu.

Kwa hivyo, ninaomba katika jina la Bwana kwamba utarajia utukufu utakaofunuliwa kwako na ukuze Heri ndani yako. Ninaomba kwamba utaweza kufurahia baraka za kweli ambazo Mungu Baba anakupa kwa kiwango kilichojaa kabisa, hapa duniani na mbinguni.

"Heri mtu yule
asiyekwenda
katika shauri la wasio haki,
Wala hakusimama katika njia ya wakosaji,
Wala hakuketi barazani pa wenye mizaha!
Bali sheria ya BWANA ndiyo impendezayo,
Na sheria yake huitafakari mchana na usiku.

Naye atakuwa kama mti uliopandwa
Kandokando ya vijito vya maji,
Uzaao matunda yake kwa majira yake,
Wala jani lake halinyauki;
Na kila alitendalo,
litafanikiwa"
(Zaburi 1:1-3).

Mwandishi:
Dr. Jaerock Lee

Dr. Jaerock Lee alizaliwa Muan, Jimbo la Jeonnam, katika Jamhuri ya Korea, mwaka 1943. Akiwa na miaka kati ya ishirini na thelathini, Dr. Lee aliugua magonjwa mengi yasiyokuwa na tiba kwa muda wa miaka saba na alikata tamaa ya kupona na akawa anasubiri kifo. Siku moja majira ya kuchipua mwaka 1974, alipelekwa kanisani na dada yake na alipopiga magoti kuomba, Mungu aliye hai alimponya magonjwa yote mara moja.

Tangu wakati Dr. Lee alipokutana na Mungu aishiye kupitia uponyaji huo wa ajabu, amempenda Mungu kwa moyo wake wote na kwa uaminifu, na mnamo mwaka 1978 aliitwa ili awe mtumishi wa Mungu. Aliomba kwa dhati na kufunga mara nyingi sana ili aweze kujua kwa hakika mapenzi ya Mungu, ayatimize yote na kulitii Neno la Mungu. Mwaka 1982, alianzisha Kanisa Kuu la Manmin katika jiji la Seoul, Korea, na kazi nyingi za Mungu, ikiwa ni pamoja na miujiza ya uponyaji na maajabu, vimekuwa vikitendeka katika kanisa hili.

Mnamo mwaka 1986, Dr. Lee aliwekwa wakfu na kusimikwa kama mchungaji katika Mkutano wa Mwaka wa Kanisa la Yesu huko Sungkyul, Korea, na miaka minne baadaye, mwaka 1990, mahubiri yake yalianza kurushwa katika nchi za Australia, Urusi, na Ufilipino, na nchi nyingine zaidi kupitia kwa Far East Broadcasting Company, Asia Broadcast Station, na Washington Christian Radio System.

Miaka mitatu baadaye, mwaka 1993, Kanisa kuu la Manmin lilichaguliwa kuwa moja ya "Makanisa 50 Yanayoongoza Duniani" na jarida la Christian World la Marekani na alipata Shahada ya Heshima ya Uzamivu katika Theolojia (Honorary Doctorate of Divinity) kutoka chuo cha Christian Faith, Florida, Marekani, na katika mwaka 1996 alipata Ph. D. katika Huduma kutoka Kingsway Theological Seminary, Iowa, Marekani.

Tangu mwaka 1993, Dr. Lee amefanya utume/umisionari wa ulimwengu kwa kufanya mikutano mingi huko Tanzania, Argentina, L.A., jiji la Baltimore, Hawaii, na jiji la New York huko Marekani, Uganda, Japani, Pakistani, Kenya, Ufilipino, Hondurasi, India, Urusi, Ujerumani, Peru, Jamhuri ya Kidemokrasia ya watu wa Congo, Israeli na Estonia. Mwaka wa 2002 aliitwa "mvuviaji wa ulimwengu mzima" na magazeti makubwa na Kikristo kule Korea kwa ajili ya kazi yake ya huduma yenye uwezo katika Injili Kuu za Muungano mbalimbali za nchi za ng'ambo, 'Injili yake ya New York ya 2006' iliyofanywa Madison Square Garden, uwanja maarufu zaidi ulimwenguni. Mkutano huo ulirushwa hewani kwa mataifa 220, na katika mkutano wa 'Israel United Crusade 2009', uliofanyika International Convention Center (ICC) huko Yerusalemu, alitangaza waziwazi kwamba Yesu Kristo ndiye Masihi na Mwokozi.

Kufikia Agosti mwaka 2011, Manmin Central Church ina washirika zaidi ya 120,000. Kuna makanisa yapatayo 9,000 ulimwengu mzima ambayo ni matawi ya Manmini Central Church yakiwemo makanisa 54 yaliyoko Korea, na wamisionari zaidi ya 137 wametumwa nchi 23, ikiwemo Marekani, Urusi, Ujerumai, Canada, Japan, China, Ufaransa, India, Kenya, na nyingine nyingi kufikia sasa.

Kufikia kuchapishwa kwa kitabu hiki, , Dr. Lee ameandika vitabu 63, vikiwemo vile vilivyo maarufu kama Kuonja Uzima Wa Milele Kabila Mauti, Maisha Yangu Imani Yangu I & II, Ujumbe wa Msalaba, Kiasi cha Imani, Mbinguni I & II, Jehanamu, Amka, Isreali!, na Nguvu za Mungu. Vitabu vyake vimetafsiriwa katika zaidi ya lugha 67.

Makala yake ya Kikristo huchapishwa kwenye The Hankook Ilbo, The JoongAng Daily, The Chosun Ilbo, The Dong-A Ilbo, The Munhwa Ilbo, The Seoul Shinmun, The Kyunghyang Shinmun, The Korea Economic Daily, The Korea Herald, The Shisa News, na The Christian Press.

Mwenyekiti wa The United Holiness Church of Jesus Christ; Rais wa Manmin World Mission; Rais wa Kudumu wa The World Christianity Revival Mission Association; Mwasisi na Mwenyekiti wa Bodi ya Global Christian Network (GCN); Mwasisi na Mwenyekiti wa World Christian Doctors Network (WCDN); na Mwasisi & Mwenyekiti wa Bodi ya, Manmin International Seminary (MIS).

Vitabu vingine Vizuri sana Vya Mwandishi Huyu

Mbinguni I & Mbinguni II

Mchoro wa kina wa mazingira mazuri sana ya kuishi ambayo raia wa mbinguni wanayafurahia na maelezo mazuri ya ngazi mbalimbali za falme za mbinguni

Kuonja Uzima wa Milele kabla ya Kifo

Ushuhuda wa maisha ya Dr. Jaerock Lee, aliyezaliwa mara ya pili na kuokolewa kutoka katika bonde la uvuli wa mauti na amekuwa anaisha maisha ya kuigwa ya Kikristo

Jehanamu

Ujumbe wa wazi kutoka kwa Mungu kwa wanadamu wote. Mungu hapendi nafsi hata moja kuingia katika vilindi vya Jehanamu! Utagundua ukweli halisi usioujua kuhusu uhalisia wa ukatili wa Kuzimu.

Maisha Yangu, Imani Yangu I & II

Harufu nzuri ya kiroho iliyotolewa kutoka katika maisha yaliyochipuka pamoja na upendo usiopimika kwa ajili ya Mungu, katikati ya mawimbi ya giza, nira baridi na kukata tamaa kwa ndani sana.

Kiasi cha Imani

Ni makao ya namna gani ambako taji na ujira vimeandaliwa kwa ajili yako Mbinguni? Kitabu hiki kinatoa hekima na mwongozo kwa ajili yako kupima imani yako na kujenga imani bora iliyokomaa.

www.urimbooks.com

www.ingramcontent.com/pod-product-compliance
Lightning Source LLC
LaVergne TN
LVHW010217070526
838199LV00062B/4628